எம்.ஜி.ஆர். திரைப்படங்களில் போர்க்கலைகள்

மு.சந்திரகுமார்

டிஸ்கவரி புக் பேலஸ்

கே.கே.நகர் மேற்கு, சென்னை - 600 078.
(பாண்டிச்சேரி கெஸ்ட் ஹவுஸ் அருகில்)
Ph: 044 - 4855 7525 Mobile: +91 87545 07070

எம்.ஜி.ஆர். திரைப்படங்களில் போர்க்கலைகள்
(கட்டுரைகள்)
ஆசிரியர்: மு.சந்திரகுமார்©

M.G.R Thiraippadangkalil Porkkalaigal (Essays)
Author: **M. Chandirakumar**©

First Edition: Dec - 2019
Pages: 108 - ISBN: 978-93-86555-72-4

Published by :
Discovery Book Palace (P) Ltd,
6, Mahaveer Complex, Munusamy Salai,
K.K.Nagar West, Chennai-600 078.
Ph: +91 44 48557525
Mobile: +91 87545 07070

E-mail: **discoverybookpalace@gmail.com,**
Website: **www.discoverybookpalace.com**

Rs. 120

இந்த நூலில் பிரசுரமாகியுள்ள எந்த ஒரு பகுதியையும் பதிப்பாளரின் எழுத்துபூர்வமான முன்அனுமதி பெறாமல் எடுத்தாள்வதோ, மறுபிரசுரம் செய்வதோ, மொழியாக்கம் செய்வதோ, அச்சு மற்றும் மின்னணு ஊடகங்களில் மறுபதிப்பு செய்வதோ, காப்புரிமை சட்டப்படி தடை செய்யப்பட்டுள்ளது. இந்த நூலிலிருந்து குறிப்பிட்ட பகுதிகளை மேற்கோள்காட்டி புத்தக விமர்சனம் செய்ய, ஊடகங்களுக்கு மட்டும் அனுமதி உண்டு.

உங்கள் மொபைல் போனிலிருந்து ஸ்கேன் செய்து டிஸ்கவரி புக் பேலஸின் மொபைல் ஆப்பை டவுன்லோடு செய்து, புத்தகங்களை வாங்குங்கள்.

நூற்றாண்டு தமிழ் சினிமாவின்
சண்டைக் கலை இயக்குநர்கள்
மற்றும் சண்டைக் கலைஞர்களுக்குச்
சமர்ப்பணம்.

இந்நூலுக்கு வாழ்த்துரை கொடுத்த
திரு.காளியப்பன் ஐயா அவர்கள்
தென்னிந்திய திரைப்பட ஓட்டுநர் சங்கத்தின்
தலைவர் (முன்னாள்)

இரண்டு வருடங்களுக்கு முன்பாக ஏதோ ஒரு நாளில், என் உறவினரும் தென்னை விவசாயியுமான சுல்தான்பேட்டை வட வேடம்பட்டி கிராமத்தில் வாழும் பால்ராசுவினால் அறிமுகம் செய்துவைக்கப்பட்டார். திரு மு.சந்திரகுமார். அவர், எனக்குத்தான் புதியவராக இருந்தார். ஆனால், கோவையில் பொதுவாழ்வுக்குச் சொந்தக்காரராக, எழுத்தாளராக, தமிழ்த் திரையுலகிற்குப் பெருமை சேர்த்த விசாரணை திரைப்படத்திற்கு மூலக்கருவான 'லாக்கப்' என்ற நாவலைக் கொடுத்தவராக, சாதி ஒடுக்குமுறைகளை எதிர்த்துப் போராடுபவராக நானே நேரில் பலமுறை பார்த்தும் கேட்டும் இருப்பதனால், மிகச்சிறந்த பேச்சாளராகப் பரவலாக அறிமுகம் ஆனவர்.

17 வயதில் திரைப்படவுலகில் காலடி வைத்துவிட்டவன் என்ற முறையிலும், எங்கள் குடும்பத்தினர் சினிமா தயாரிப்பாளர்கள் என்றவகையிலும், தென்னிந்திய திரைப்பட ஓட்டுநர் சங்கத்தை உருவாக்கியவர்களில் ஒருவனும் குறைந்தது பன்னிரண்டு ஆண்டுகள் அமைப்பில் தலைவர் பொறுப்பில் இருந்து பணியாற்றியவன் என்றவகையிலும் மேலும் பல பேரை சங்கத்தின் தலைவராக உருவாக்கியவன் என்ற பெருமையிலும் இன்றளவிலும் ஒரு சினிமாக்காரனாகவே வாழ்ந்துவரும் காளியப்பனாகிய நான் சக சினிமாக்காரராகவே திரு. மு.சந்திரகுமாருடன் பழகினேன். என் மனசு எதிலும் 'பச்சக்'னு ஒட்டிக்கும். அதிலும் ஆட்டோ சந்திரன் என்ற பெயரில் பெரியவர்களை மதிப்பவர், சினிமாவில் வரும் ஸ்டண்ட் பாய்ஸ்களைப்போல தோற்றம் அளிப்பார். நான் ஸ்டண்ட் பாய், ஸ்டண்ட் காட்சிகளில் கர்ணன் படங்களில் கார் சேசிங் ஓட்டியவன் என்பதினால் கொஞ்சம் நானாகவே போன் செய்து பேசுவது வழக்கம். நான் அவரிடமிருந்து வரும் கருத்துகள் கேட்டு வியந்துபோவேன். பல மேடைகளிலும் இதை நான் வெளிப்படையாகவே சொல்லியிருக்கிறேன். அவரது வீடு தேடிச் சென்றேன். இருவரும் பலமணி நேரங்கள் சலிக்காமல் பேசிக்கொள்வோம். எம்.ஜி.ஆர். ரசிகர்கள் என்முறையில் அவர் சினிமாவில் வரும் அக்காட்சிகள் பற்றி பேசுவார். எங்கே, எப்படி எடுத்தார்கள் என்பது பற்றியெல்லாம் நான் சொல்லிக்கொண்டிருப்பேன்.

இந்தச் சமயத்தில், ஒரு நாள் என்னை அழைத்து, 'நூற்றாண்டு தமிழ் சினிமாவுக்கு cloistral திரைக்கல்லூரி அரவிந்தன் அவர்களுடன் சேர்ந்து பதினெட்டுநாள் விழா நடத்துகிறோம். நீங்கள் தினசரி தவறாமல் கலந்துகொள்ள வேண்டும்' என்று அழைத்தார். இன்னும் ஒருசிலர் இருக்கிறார்கள் அவர்களுக்கும் அழைப்புக் கொடுங்கள் என்று சொன்னேன். Dr. ராஜேந்திரன் முன்னாள் திரைப்படத் தயாரிப்பாளர் (பிள்ளைப்பேறு சிறப்பு மருத்துவர்) ஓட்டுநர்கள், நடத்துநர்கள் மற்றும் பள்ளி மாணவ மாணவிகளுக்கு மேலாண்மைப் பயிற்சி கொடுக்கும் சிறப்புப் பேச்சாளரும் சமூக சேவகருமான கனக சுப்பிரமணி, அறுபதுக்கும் மேற்பட்ட படங்களில் கதாநாயகனாக நடித்தவர் A.P நாகராஜனின் வாழ்நாள் உதவியாளர் அவருடைய அனைத்து சினிமாக்களிலும் பணியாற்றியவர் இன்றும் நாடகக் கலைஞர்களுக்கு, நடிகர், நடிகைகளுக்கும் வசன உச்சரிப்புப் பயிற்சி கொடுத்துக்கொண்டு நாடகங்களை எழுதி, இயக்கிவரும் தசரதன் அவர்களுக்கும் அழைப்பு கொடுக்கப்பட்டது. பதினெட்டு நாட்கள் விழா, அந்த நாட்களில் சந்திரகுமாருடைய சினிமாகுறித்த பார்வை எங்களுக்குப் பெரு வியப்பைக் கொடுத்தது. ஆனானப்பட்ட கலைஞன் தசரதன் வியந்து பாராட்டினார். எங்களின் நட்பு இன்னும் கூடுதலாகிவிட்டது. நான் சாதாரணமாகவே அதிகம் பேசுபவன். ஐம்பது ஆண்டுகள் சினிமா திரைக்குப் பின்னால் மாபெரும் கலைஞர்களோடு பணியாற்றியவன். ஒவ்வொரு சினிமா எடுப்பதும் ஏன் ஒவ்வொரு காட்சி எடுப்பதும் சாகசம்தான் 'காலம் வெல்லும்' படத்தில் ஜீப் ஜம்பிங்கில் தான் எனக்கு இடுப்பு முறிவு ஏற்பட்டது. அதனால் நான் சாகுறவரைக்கும் பேசுவதற்கு விஷயம் இருந்துகொண்டே இருக்கிறது. கேட்டுக்கொண்டிருப்பதில் சந்திரன் சலிப்படைவதே இல்லை. இப்படியாக சந்திரகுமார் ஒரு நாள் என்னிடம், அவர் பேசுவதற்கு ஒரு மூன்று மணி நேரம் அவகாசம் கொடுக்க வேண்டும் என்றார். தாராளமாக என்றேன். அன்று மாலை, கையில் ஒரு கத்தை பேப்பருடன் வந்தார். படிக்கத் துவங்கினார் சுமார் மூன்று மணி நேரம் அமைதியாக கேட்டுக்கொண்டிருந்தேன் இல்லை ஏற்கனவே நான் பார்த்த படக் காட்சிகளை, அவை படமாக்கப்பட்ட காலத்தை அதில் பணியாற்றியவர்கள், சண்டைக்காட்சிகளில் நடித்தவர்கள் என, என் வாழ்க்கை என் மனக்கண்களில் ஓடியது. அற்புதம் அற்புதம். என்ன ஒரு பார்வை, ஐம்பது வருசமாக பார்த்த சினிமாக்களில் வரும் சண்டைக் காட்சிகளைப் பற்றி என்னவொரு நுட்பமான விளக்கம், எம்.ஜி.ஆர். வீட்டிலும், எம்.ஜி.ஆர். பிக்சர்ஸ், மேகலா பிக்சர்ஸ் மற்றும் ஏராளமான சினிமா கம்பெனிகளுக்கும் கார் ஓட்டிக்கொண்டு இருந்ததாலும், ஸ்டண்ட் யூனிட்டில் கார் ஓட்டிப் பணியாற்றியதால், அவ்வப்பொழுது சினிமாக்களில் நடித்துக் கொண்டும் இருந்ததாலும் (என்னுடைய மாஸ்டர் P.S. வீரப்பாவுடன்) என்னுடைய இளமைக் காலத்தில்தான் இருந்தேன் என்பதால் சண்டைக் காட்சிகள் படப்பிடிபில்தான் எப்பொழுதும் இருப்பேன். ஸ்டண்ட் பாய்ஸுடன் இருந்ததினால்தான் சினிமா கலைத் தொழிலாளிக்கு எங்கு ஒரு பிரச்சனை என்றாலும் ஒரு நாலு பேரை அழைத்துக் கொண்டுபோய் நியாயம் கேட்கமுடிந்தது. அந்த பலத்தை அப்படியே

யூனியனாக மாற்றமுடிந்தது. அதனாலேயே சினிமா தொழிலாளர்களின் கஷ்டம் தெரிந்தது. கஷ்டப்பட்டவர்களுடன் வாழ்ந்ததால்தான் எம்.ஜி.ஆர். ஒரு வள்ளல் என்பதை மறுக்காமல் ஒத்துக்கொள்ள முடிந்தது. எம்.ஜி.ஆரோடு இருந்த நெருக்கம் தான் ஜெயலலிதா அம்மாவிடமும் விசுவாசமாகப் பணியாற்ற முடிந்தது. பேரறிஞர் அண்ணாவிற்கும், பல ஜானகி அம்மாவுக்கும் ராமாராவிற்குமாக ஆறு முதல்வர்களுக்கும் காரோட்டியவன்.

கலைஞருக்கும் காரோட்ட முடிந்தது. ஏன் 'அறிவாலயம்' இருக்கும் அந்த நிலத்தை வாங்குவதற்குப் பெட்டி நிறையப் பணத்தோடு நடு இரவில் அந்த நிலத்துக்குச் சொந்தக்காரர் பென்னலூருபேட்டை ஜமீன் நாயுடு அவர்கள் வீட்டிற்கு எம்.ஜி.ஆரை காரில் அமரச் செய்து அழைத்துக் சென்றது நான்தான். முன்பணம் கொடுக்கும் போது அருகில் இருந்தவன். அந்த இரவில் கட்சிப்பணத்துடன் தன் சொந்தப் பணத்தையும் சேர்த்து கொடுத்துத்தான் எம்.ஜி.ஆர். தி.மு.க.(மாநிலப் பொருளாளர்) கையெழுத்து வாங்கினார் என்பதற்கு நான்தானே சாட்சி, யாராவது மறுக்க முடியுமா? இதுவெல்லாம் எதற்கு எழுதச் சொல்கிறேன் என்றால், தலைவர் இறந்து முப்பது வருடம் கழித்து அவரை ஒரு மாபெரும் சண்டைக் கலைஞன் என மெய்ப்பிக்கிற ஒரு அற்புத நூல் எழுதப்பட்டிருக்கிறது. அதை எழுதியவர் நான் பெரிதும் மதிக்கும் என்மீது அன்பு காட்டும் ஆட்டோ சந்திரன் என்பதும் எனக்கு கண்களில் கண்ணீரே வந்துவிட்டது. 'எம்.ஜி.ஆர். திரைப்படங்களில் போர்க்கலைகள்' என்ற புத்தகத்திற்காக கைகளால் பேனாவில் எழுதியிருந்ததை படித்து முடித்து விட்டு, 'ஏதாவது மாற்றவேண்டும் என்று நினைக்கிறீர்களா ஐயா?' என்று, என் முகம் பார்த்தார் சந்திரன். பழைய நினைவுகளில் கொந்தளித்துக் கிடந்த இதயத்திலிருந்து 'பளீர்' என்று சொன்னேன். 'ஒருவரி' மாற்ற வேண்டாம். (ஐயா என்றார்) அற்புதம் அற்புதம் நாங்களெல்லாம் என்ன எம்.ஜி.ஆர். ரசிகர்கள்! இதுவல்லவா ரசனை, நீயல்லவா ரசிகன் இவ்வளவு கூர்மதியுள்ள ஒருவராகிய நீங்கள் பார்த்ததினால்தான் அவர் எடுத்துக்கொண்டாடும் பயிற்சிகளுக்கும் முயற்சிகளுக்கும் உள்ள மதிப்பு கூடுதலாயிருக்கிறது. அவர் படம் ஏன் நூறு நாட்கள் கடந்து ஓடியது தெரியுமா? அவருக்கு அவர் செய்கிற தொழில்மீது இருந்த அக்கறை, அதுவும் இல்லாமல் நீங்கள் குறிப்பிட்டிருந்த பல நுட்பமான விஷயங்கள் நீங்கள் சொல்கிற வரை எனக்குத் தெரியாது.

மதுரையை மீட்ட சுந்தரபாண்டியன் படத்தைத் தயாரிக்கும்போது மைசூர் அரண்மனை மண்டபத்திற்குள் எடுக்கப்பட்ட காட்சிகளின்போது நான் உடன் இருக்கிறேன். 'கோட்டையிலே நமது கொடி பறந்திட வேணும் கொள்கை வீர தியாகங்களை ஏற்றிட வேணும்' என்கிற அந்தப் பாடல் கேசட்டை ஸ்ட்ரெய்ட் காப்பி பெங்களூருக்கு எடுத்துச் சென்றதே நான்தானே.

அதே ஒரு சாகசக் கதைதான் பாடலை எழுதியவர் முத்துலிங்கம், M.S.V. இசை, பாடலைப் பாடி பதிவு செய்ய S.P. பாலசுப்ரமணியத்தை அழைக்கலாம் என்று எம்.ஜி.ஆர். சொல்ல, M.S.V மறுத்து T.M.S

பெயரைச் சொல்ல, நீண்டநேரம் இரண்டு பேருக்கும் வாக்குவாதம். பாட்டை வரிவரியாகப் பாடிக் காட்டுகிறார் M.S.V. மண்டபத்தோட உயரம் நீளம் அகலம், அதில் எம்.ஜி.ஆர். நடந்துகொண்டே பாட வேண்டிய காட்சி எனப் பல காரணங்களையும் சொல்லி T.M.S.ஐ வலியுறுத்துகிறார். ஒருவழியாக எம்.ஜி.ஆர். அவருடைய கருத்துக்கு ஒத்துப் போய் T.M.S.ஐ அழைத்து வரும்படி என்னிடம் சைகை காட்டினார். நான்தானே காரில் போய்க் கூட்டிட்டுவந்தேன். அப்புறம் ஒருவழியாகப் பாடல் பதிவு செய்யப்படுகிறது. சின்னவர் கிளம்பி மைசூர் அரண்மனை சூட்டிங்குக்குப் போய்விட்டார். மறுநாள் அரண்மனைக் காட்சிப் பதிவிற்குத் தயாராக விடிவதற்குள் நான் ஸ்ட்ரெய்ட் காப்பியைக் கொண்டுபோய் சின்னவரிடம் கொடுக்க வேண்டும். அதில்லாமல் சூட்டிங் நடத்தமுடியாது. கர்நாடகத்தில் மைசூர் அரண்மனையில் சூட்டிங் நடத்துவது தடுக்கப்பட வேண்டும் என அரசாங்கம் பேசிக்கொண்டிருந்தது.

அவ்வளவுதான். ஸ்டீயரிங்கை இறுக்கிப் பிடித்தேன், கியர் லிவரைத் தட்டிவிட்டேன். ஒரே அழுத்து. சாலையோரமாக இருந்த மண்ரோட்டில் சின்ன இடத்திற்குள் நுழைந்தேன். கார் என்னவானாலும் பரவாயில்லை என்று நினைத்துக்கொண்டு ஓட்டினேன். சடசட படபடவென மரக்கிளைகளை முறித்துக்கொண்டு வண்டி பறந்தது. மாண்டியா, மசூலிப்பட்டினம் மைசூர் ஏழு மணிக்கு சின்னவரின் உதவியாளரிடம் ஸ்ட்ரெய்ட் காப்பியை கொடுத்துவிட்டுப் பணிவாக நின்றேன். எம்.ஜி.ஆர். மேக்கப் போட்டுத் தயாராக நின்றார். இடையூறுகள் பற்றியெல்லாம் நான் எதுவுமே சொல்லவில்லை. ஆனால். எம்.ஜி.ஆர். என்னைத் தன்னருகில் வரும்படி சைகை செய்தார். அதிகாலைச் சூரியனைப்போல் தகதகவென்று ஜொலிக்கும் அந்த முகத்திலிருந்து ஒரு சின்னப் புன்னகை.

மெல்லமாக அவருடைய மேக்கப் கலைந்துவிடாதபடி என்னை அனைத்துக் கொண்டார். என் தலைவன் என்மீது வைத்த நம்பிக்கையைக் காப்பாற்றிவிட்டேன் என்று என் மனம் நிறைவாக இருந்தது. அவரே காமிராமேனை அழைத்து இருவரையும் சேர்த்து ஒரு புகைப்படம் எடுக்கச் சொன்னார். அத்தோடு இல்லாமல் அதைப் பிரிண்ட் போட்டு எனக்குக் கொடுக்கும்படி கூறினார். அவர் எனக்குக் கொடுத்த அந்த கௌரவத்தை நான் மு.சந்திரகுமாருக்கு, என் அன்பு நண்பன் ஆட்டோ சந்திரனுக்குக் கொடுக்கிறேன். தமிழ் சினிமா உள்ளவரை எம்.ஜி.ஆர். பெயர் இருக்கும் எம்.ஜி.ஆர். வரலாற்றோடு உன் பெயரும் சேரட்டும், சந்திரன் வாழ்த்துகள் அதன்மூலமாக நானும் இருந்துகொண்டே இருப்பேன். நன்றி நன்றி இது கடவுள் எனக்குக் கொடுத்த பாக்கியம். என்னைப்பற்றியே அதிகமாகச் சொல்லிவிட்டேனோ?

நான் சென்னையில் இருந்து மதியத்திற்குமேல்தான் புறப்பட்டேன். சித்தூர் கடந்ததும் பழவேன் ஊநெலேயே மழை பெய்யத் தொடங்கிவிட்டது. மழை என்றால் சாதாரண மழையல்ல. கடுமையான காற்றுடன் கூடிய புயல்மழை. அம்பாசிடர்க் காரை ஓட்டவே முடியவில்லை. ரோட்டில் ஏராளமான மரங்கள் வேரோடு சாய்ந்துகிடப்பதைப் பார்த்துக்கொண்டேதான்

ஓட்டிக்கொண்டு இருந்தேன். முள்பாகர், கோலார் வழியாக பெங்களூரு தாண்டும்போதும் மழை விடாது பெய்துகொண்டிருந்தது. மாத்தூர் தாண்டி சென்னப்பட்டணாவைக் கடந்துகொண்டு இருக்கும்போது பயந்த மாதிரியே நடந்துவிட்டது. சாலையை மறைத்தபடி நடுரோட்டில் ஒரு பெரியமரம் விழுந்து கிடந்தது, வண்டியை நிறுத்திவிட்டு யோசித்தேன். காலை ஏழு மணிக்குள் நான் அங்கு இருக்க வேண்டும். ரோடு வெறிச்சோடிக் கிடந்தது, உதவி செய்வதற்கு யாருமே இல்லை. காலையில் இந்த கேசட் இல்லை என்றால் ஷூட்டிங் ரத்தாகும். இருநூறுபேர் வேலை கெடும். காரைவிட்டு இறங்கி சாலையோரத்தில் நடந்து பார்த்தேன். தண்ணீர் ஓடி அரிப்பு ஏற்பட்டிருந்தது. டயர் சிக்கிக்கொண்டால்... மனம் அலைபாய்ந்தது. காரில் அமர்ந்து ரேடியோவைத் தட்டிவிட்டேன். ஏதோ பாட்டுப் பாடியது. நேரம் போய்க்கொண்டு இருந்தது. சின்னவர் என்மீது வைத்திருக்கும் நம்பிக்கை என்னாவது என்று யோசித்துக் கொண்டிருந்தேன். அப்பொழுது ரேடியோவில் இருந்து வெளிவந்தது. பாட்டு, ‘அச்சம் என்பது மடமையடா அஞ்சாமை திராவிடர் உடமையடா’

அன்று இரவே, என் நண்பர்களான கானா பழனி, நடிகர் சக்கரவர்த்தி திருமகன் என ஏராளமான எம்.ஜி.ஆர். ரசிகர்களுக்குப் போன்மூலமாக இப்படி ஒரு புத்தகம் எழுதப்பட்டிருக்கிறது என்கிற தகவலைச் சொன்னேன். மறுநாள் எங்கள் நண்பர்கள் குழுவில் பேசினேன். அதிலும் குறிப்பாக புத்தகத்தினுள் எம்.ஜி.ஆர். கோவை வந்திருந்தபோது தேடியதாகச் சொல்லப்படும் முனுசாமி எனும் சண்டைக்கலைஞரைப் பார்ப்பது என முடிவுசெய்தோம். அவரும் இன்னும் சிலரும் ‘மலைக்கள்ளன்’ திரைப்படத்தில் நடித்தவர்கள் புலியங்குளம் உடற்பயிற்சி சாலையில் இருப்பதாகச் சந்திரன் எழுதியிருந்தார். அவரைப் பார்த்துவிடுவது என்று சந்திரகுமாரையும் Dr. ராஜேந்திரன் அவர்களையும் அழைத்துக்கொண்டு உடற்பயிற்சிச் சாலைக்குச் சென்றோம். ஆசான் சாண்டோ குழந்தைசாமி சமீபத்தில் இறந்துவிட்டிருந்தார். ஏழ்மை காரணமாக முனுசாமி ஆசானும் எங்கோ இரவுக் காவலர் பணிக்குச் சென்றுவிட்டிருந்தார். ஜிம்மின் பொறுப்பாளரும் பயிற்சியாளருமான திரு நடராஜ் (அறுபத்தியெட்டு வயது). எங்களுக்குப் பயிற்சி சாலை பற்றிய விவரங்களைக் கூறினார். அப்பொழுது திரு.சந்திரகுமார் பேர்லர் பாரில் அருமையாகப் பயிற்சி செய்தார். இத்தாலிய நீல் குத்துக்கத்தி என்று இந்த நூலில் பல இடங்களிலும் குறிப்பிடப்பட்டிருக்கும் கத்திகள் இருந்தது. அதில் ஒன்றை நடராஜ் எடுத்துக் கொண்டார். இன்னொன்றை மு.சந்திரகுமார் எடுத்துக் கொண்டார். இருவரும் அருமையாக விளையாடினார்கள், சந்திரகுமாரிடம் கம்பை எடுத்துச் சுழற்றும்படி கூறினேன். அடடா! கைகளில் கம்பு லாவகமாகச் சுழன்றது. அருமை அருமை என்று பாராட்டினேன். இவருக்கு இந்தப் புத்தகத்தை எழுதும் தகுதி உண்டு என்று மனதினுள் நினைத்துக் கொண்டேன்.

இந்தப் புத்தகத்தின்மூலம் தமிழ்நாட்டில் யாரும் செய்யாததை மு.சந்திரகுமார் செய்துவிட்டார். ஆம், சமூகத்தால் புறக்கணிக்கப்பட்ட வில்லன்கள் மற்றும் ஸ்டண்ட் பாய்ஸ்பற்றி மிக அருமையாக எழுதித்

தள்ளிவிட்டார். ஏராளமான பெயர்களை அவரே எழுதி இருந்தாலும் விடுபட்டுப்போன ஒருசிலர் பெயர்களை நான் சொல்லி சந்திரன் எழுதியிருக்கிறார். உயிரைப் பணயம்வைத்து உண்மையாக உழைத்த அந்தக் கலைஞர்களை இந்தப் புத்தகம் கௌரவித்திருக்கிறது. எம்.ஜி.ஆரைப் பற்றி எழுதப்பட்டிருக்கிற இந்தப் புத்தகத்தை அவர் கட்சிக்கோ, அவர் நேசித்த தமிழ் மக்களுக்கோ இவர் சமர்ப்பணம் செய்யவில்லை. ஆம், இந்தப் புத்தகம் சண்டைக்கலை அமைப்பாளர்கள், இயக்குநர்கள் மற்றும் சண்டைக் கலைஞர்களுக்கு சமர்ப்பணம் செய்யப்பட்டிருக்கிறது. ஆஹா ஆஹா எம்.ஜி.ஆர். மட்டும் இருந்திருந்தால் இவரை தலைமேல் தூக்கிவைத்துக் கொண்டாடியிருந்திருப்பார். வாரி வழங்கும் பாரி வள்ளல் இப்பொழுது இல்லையே என்று மனம் ஏங்குகிறது. சண்டைக் கலை இயக்குநர்கள் மற்றும் சண்டைக் கலைஞர்கள் நடிகர்கள் இப்புத்தகத்தை நிச்சயம் வரவேற்பார்கள். எம்.ஜி.ஆர். ரசிகர்கள் இப் புத்தகத்தைக் கொண்டாட வேண்டுமெனக் கேட்டுக் கொள்கிறேன். மு.சந்திரகுமார் அவர்களும் அவரது குடும்பத்தினரும் எம்.ஜி.ஆர். புகழ்போல் மங்காது நல்வாழ்வு வாழவேண்டும் என வாழ்த்துகிறேன்.

சந்திரகுமாருடைய மனைவி சுபலட்சுமியையும் அவரது மகள் ஜீவாவையும் எனக்கு நன்கு தெரியும். பண்பில் உயர்ந்தவர்கள். மேலும் சுபலட்சுமி சமைத்த உணவின் சுவையைப் பற்றி என் நண்பர்களிடம் சொல்லிக்கொண்டே இருக்கிறேன். இவரைப்பற்றி கூற வேண்டும். கோபாலகிருஷ்ணனின் இயக்கத்தில் வெளிவந்த 1966ஆம் ஆண்டின் சிறந்த திரைக்கதை வசனத்திற்காக தேர்வு செய்யப்பட்டிருந்த இப்பொழுதும் பூனே திரைக்கல்லூரியில் பாடத்திட்டப் பிரிவில் வைத்துப் பாதுகாக்கப்பட்டுவரும் ‘சுபதினம்’ திரைப்படத்திற்கு திரைக்கதை வசனம் எழுதிய சுபதினம் MS கண்ணன் அவர்களின் மகள் என்பதையும் இங்கே பெருமையுடன் பதிவுசெய்கிறேன். ‘நாடோடி மன்னன்’, ‘சக்கரவர்த்தித் திருமகன்’ உள்ளிட்ட இருப்பத்தியேழு படங்களில் பணியாற்றியவர். ஆம், மு.சந்திரகுமாரின் குடும்பம் எங்கள் குடும்பம், சினிமாகாரர்களின் குடும்பம். வளர்க எம்.ஜி.ஆர். புகழ், வாழ்க வாழ்க தமிழ் சினிமாகலைத் தொழிலாளர்கள். நன்றி. வணக்கம்.

இவண்

J.K.காளியப்பன்

தென்னிந்திய திரைப்பட ஓட்டுனர் சங்கம்

கோவையில் இருந்து அண்ணன் J.K.காளியப்பன் அனுப்பிவைத்ததாகச் சொல்லி திரு மு.சந்திரகுமாரை சென்னை ஸ்டண்ட் யூனியனில் 02.12.2018 அன்று காலை சந்தித்தேன். 'எம்.ஜி.ஆர். திரைப்படங்களில் போர்க்கலைகள்' என்று, ஒரு புத்தகம் எழுதியிருப்பதாகவும் அதற்கு நான் மதிப்புரை தர வேண்டும் என்றும் கேட்டார். எனக்கு ஒரே ஆச்சரியம்! சின்ன வயதிலிருந்தே உடற்பயிற்சி, சண்டைக் கலைகள் என்று இருந்துவிட்ட ஷாகுல் அமீர் ஆகிய எனக்கு, படிப்பு கொஞ்சம் குறைவு. அதனால் அவருக்கு முதலில் யூனியன் கட்டடத்தையும் அதில் உள்ள மூத்த சண்டைக் கலைஞர்களின் புகைப்படங்களையும் காட்டிவிட்டு அவரது புத்தகத்தை அவரையே படித்துக்காட்டச்சொல்லிக் கேட்டேன். பிறகு நான் பேசுவதை வீடியோவாக பதிவுசெய்து கொள்ளும்படி கூறிவிட்டேன். சுமார் நான்கு மணிநேரம் படிப்பதும் பேசுவதுமாக சந்திரகுமாருடன் நேரத்தைக் கழித்ததில் புதிய உற்சாகம் எனக்குள் பிறந்திருந்தது. எத்தனையோமுறை பார்த்துப் பார்த்து ரசித்த காட்சிகள் என்றாலும் அதை மிக நுட்பமாக விவரித்தது மட்டுமின்றி, தமிழ்த் திரையுலகில் சண்டைக் கலைகளை வளர்த்துவரும், சண்டைக் கலைஞர்களை வாழ வைத்தவருமான எம்.ஜி.ஆர். என்கிற தெய்வத்தைப் போற்றி எழுதியிருப்பது எனக்கு வியப்பையும், மகிழ்ச்சியையும் தந்தது. மேலும் சந்திரகுமார்மீது பெரும் மதிப்பையும் உண்டாக்கியது.

இன்றைக்கு சினிமா முழுவதுமாக மாறியிருக்கிறது. ஆனாலும் எங்களுக்கான வாய்ப்புகள் இன்னும் இருந்துகொண்டேதான் இருக்கிறது. ஆனால் சண்டைக்கலை வளர்கிறது என்று சொல்லிவிடமுடியாது. இன்றைய சினிமாவில் இருக்கிற சண்டையை, வீதியில் போகிற வருகிற எந்த ஒரு நபரும் செய்துவிடமுடியாது. அதற்குக் காரணம், இன்றைய சினிமா அப்படி போலியாகிவிட்டது. ஆனால், அன்றைக்கு எம்.ஜி.ஆர். படங்களைப் பார்த்துவிட்டு வீட்டுக்கு திரும்பும்போதே சாலை ஓரத்தில் கிடைக்கிற கம்பை எடுத்து சுழற்றிக்கொண்டுபோனதை யாரும் இன்று மறந்தும் மறுத்தும்விட முடியாது. அதற்குக் காரணம், எம்.ஜி.ஆர். மீதிருந்த மோகமும் பைத்தியக்காரதனமும்தான்.

ஆனால், இந்தப் புத்தகத்தை சந்திரனை வாசிக்கச் சொல்லிக் நான் கேட்கும்போதுதான் அது சினிமாவுக்காக உருவான சண்டைக்கலை அல்ல, ஏற்கெனவே தமிழர்களின் மரபில் ஊறியிருந்த போர்க்கலை வடிவம் என உணரமுடிந்தது. எம்.ஜி.ஆ.ரைப் பற்றி எழுதும்போது தவிர்க்கவே முடியாமல் எங்களைப்பற்றி ஸ்டண்ட் மாஸ்டர்களைப்பற்றியும் அருமையாகப் பதிவு செய்திருக்கிறார் ஆசிரியர் சந்திரகுமார். இந்தப் புத்தகத்தை அவர் சண்டைக் கலைஞர்களுக்குச் சமர்ப்பணம் செய்திருப்பது மனநிறைவைத் தருகிறது. எம்.ஜி.ஆருக்கு சுமார் இருபது படங்களில் நான் டூப் (பதிலி) போட்டிருக்கிறேன். ‘உழைக்கும் கரங்கள்’ திரைப்படத் தயாரிப்பு வேலைகளுக்காக நாங்கள் கூடிப் பேசிக்கொண்டிருக்கும்போது சின்னவர், மாஸ்டர் ஸ்யாம் சுந்தரிடம் பேசிக்கொண்டிருந்தார்.

“ஸ்யாம் புதுசு புதுசா சினிமாவிலே குத்தக்கூடாது. ரத்தம் தெறிக்கிறதை காட்டக் கூடாது அப்படின்னு எல்லாம் தடை போட்டிருக்காங்க. எப்படி இந்தப் படத்திலே சண்டைக் காட்சிகளை அமைக்கிறது.” என்றும் அவரே “சிலம்புச் சண்டை வச்சிக்கலாமா? இது வில்லேஜ் சப்ஜெக்ட் ஏற்கனவே (கடைசியாக) வெளிவந்திருக்கும் நாலு படத்திலேயும் சிலம்புச் சண்டை வைக்கலே, சிலம்புச் சண்டைமாதிரியே ஏதாவது, கொஞ்சம் புதுசா பண்ணனும்” என்றார். பலருடைய கருத்துகளுக்குப்பின்... ஷ்யாம், "மாடி" (மானகொம்பு) வைச்சுக்கலாமா...? என்றார். மான் கொம்புச் சண்டை வைத்துக்கொள்வது என்று முடிவு எடுத்தற்குப்பின் சென்னைக்கு ஆள் அனுப்பினார். மான் கொம்பு வாங்கிவரச் சொல்லி... ஷூட்டிங் பெங்களூரில் நடந்துக்கிட்டிருக்கு... ஜஸ்டின், தருமு (எ) தர்மலிங்கம் அப்போஸிட் சைடு, சரி பண்ணிவிடலாம்... இதிலே சின்னவர் எங்களையெல்லாம் பார்க்கிறார். எக்ஸ்பர்ட் யாரு...? ஷ்யாம் மாஸ்டர் சொல்கிறார்: “ஷாகுல் நல்லா பண்ணுவான்”

“அப்படியா... ஷாகுல்” சின்னவர் என்னை அழைக்க,

அப்படியே ஒரு துள்ளு துள்ளி அவர் முன்னாலே நிற்கிறேன்...

“ஷாகுல் மாடி நல்லா பண்ணுவியா...”.

“பண்ணுவேன் (உடம்பெல்லாம் அப்படியே ஒரு சிலிர்ப்பு) பண்ணுவேன் சின்னவரே...”

“எங்கே பண்ணு”

எடுத்து ஒரு ஸ்டெப் போட்டேன். நல்லா வேகமாத்தான் பண்ணினேன்... ஆனால், அதற்குள் அவரே.. “நிறுத்து நிறுத்து அதற்குத்தான் பண்ணிக்காட்டுன்னு சொன்னேன்” என்றவர்.

“தொடர்ந்து, வேகம் மட்டும் போதாது, ஸ்டெப் கரெக்டா இருக்கனும். இங்கே கொடு, பார், நான் எப்படிப் பண்றேன்னு பார்” என்றபடி மான்கொம்புகளை வாங்கியவர், அப்படி அப்படி கைகளும் கால்களும்

கட்டம்போட்டு மார்க் பண்ணி கால்வைக்கச் சொன்னமாதிரி அப்பப்பா... ஐயோ, என்ன ஒரு வேகம், என்ன ஸ்டெயிலு, சும்மா லேலே கீழே ஐயோ! அருமை... சூப்பர்னு... எல்லாரும் கைதட்டிட்டோம்.

அப்படியே இப்பக்கூட நினைச்சுக் கும்பிடனும். அவரோட ஸ்டெப் பார்த்து என்னுடைய ஸ்டெப்பை கரெக்ட் பண்ணிக்கிட்டேன். அப்படியே செய்துகாட்டினேன். "அதுதான் அப்படித்தான் இருக்கணும். ஸ்டெப்பை தப்பாப் போட்டோம்னா எம்.ஜி.ஆருக்குச் சண்டை தெரியாதுன்னு சொல்லிருவாங்கப்பா, பார்க்கிறவங்க எல்லாரும் முட்டாளுன்னு நினைக்கக்கூடாது நம்மைவிடத் திறமைசாலியும் அறிவாளிகளும் ஊருக்குள்ளாற இருக்காங்கண்ணு நின்னுச்சு ஒரு காட்சியைப் படம் பண்ணனும்" என்று, என் பக்கத்தில் குனிந்து என் கண்களுக்கு முன்னால் அவருடைய ஸ்டைலில் ஒரு விரலை நீட்டிச் சொல்லிவிட்டு... "நல்லா பண்றே... நீயே பண்ணு இன்னும். என்னவெல்லாம் செய்வே..." என்று கேட்டார். நெஞ்செல்லாம் படபடக்குது. மற்ற நடிகர்கள்கிட்டே ஜமாய்க்கிறமாதிரி சின்னவர்கிட்டே பண்ணமுடியாது. ஏன்னா... நாம ஒன்னு, ரெண்டு கத்து வைச்சிருப்போம். ஆனால், அவரு, சிலம்பு, மாடி, இரட்டைக் கம்பு, Off Stick, மாட்டுக்கார வேலனில் அலுமினியப் பைப்பிலே சண்டை வைச்சுக்கலாம்னு சொன்னதே அவருதானே. Soil Fight, குஸ்தி, மல்யுத்தம் எல்லாத்துலயும் எக்ஸ்பர்ட். அவருகூட நம்ம எப்படி இருக்கனும்.. நினைச்சிக்கிட்டேன்.

அதிலேயும் அவரு அவ்வளவு லேசா திருப்தியே படமாட்டாரு, "படம் பாக்குறவங்க காசு கொடுத்துப் பார்க்கிறாங்க அவங்க போகும்போது திருப்தியாப் போகணும்பாம் பாரு...."

அதனாலே பேக் டைவ் அடிப்பேன்னு சொன்னேன்... உடனே அவரு "ஏம்ப்பா... மான்கொம்பு கையிலிருக்கும்போது, நிலத்திலே பட்டா நெஞ்சிலே காயம்பட்டுவிடுமேப்பா" என்றார். "இல்லை நான் செய்வேன்" என்று சொன்னேன். "அப்படியா செய் பார்க்கலாம்" என்றார். சின்னவர் கேட்டுப் பண்ணலேன்னா எப்படி? அப்படியே அடிச்சேன் ஒரு பேக் டைவ்... "அருமைன்னு" பாராட்டினார். அதைத்தான் நீங்க படத்திலே பார்த்தீங்க... லாஸ்ட் காட்சியில் இரண்டு கம்புகளையும் மான்கொம்பிலே லாக் பண்ணிட்டு ஒரு பேக் டைவ் அடிச்சிருப்பேன், புதுசு புதுசா யோசிச்சுக்கிட்டே இருப்பார். அதேசமயம், நம்பமுடியாதமாதிரி காட்சிகளுக்கெல்லாம் ஒத்துக்கவே மாட்டார்.

"இங்க பாருங்கப்பா படத்திலே ஒரு சீன் வருதுன்னா, ஒன்று நான் செய்யணும் அல்லது நீ செய்யணும், நம்ம யார்னாலேயும் செய்யமுடியாத ஒரு காட்சியை நடக்கிறமாதிரி வைக்கக்கூடாது. மக்கள் நம்பமாட்டாங்க" என்பார். 'மீனவ நண்பன்' படப்பிடிப்பில் பனிரெண்டு அடி உயரத்திலிருந்து குதிக்க வேண்டும் டைரக்டர் ஸ்ரீதர், "ஷாகுல் பொசிஷனிலே நில்லு" போகஸ் பார்த்துக்கிறேன்னு சொல்லிக்கொண்டிருந்தார். நானும் மேக்கப்

போட்டுக்கொண்டு குதிப்பதற்குத் தயாராக நின்றுகொண்டேன். பின்புறமாகப் படியேறி வந்த சின்னவர், ஒரு மறைவில் நின்னுகிட்டு "இங்கே வான்னு" கையசைச்சார். நானும் போய் "என்னங்க தலைவரேன்னு" கேட்டேன். என்னைப் பக்கத்தில் இழுத்து "டைரக்டர் ஆக்ஷன் சொன்னதும் குதிச்சிராதே! சும்மா ஆக்ஷன் பண்ணு, நான் பார்த்துகிறேன்" என்று ரகசியமாகச் சொன்னார். எனக்கு ஒரே பயம் டைரக்டர் என்னை குதிக்கச் சொல்றார். இவரு குதிக்காதே என்கிறார். என்ன பண்றதுன்னு யோசிச்சுக்கிட்டு, பொசிஷனில்போய் நின்னுக்கிட்டேன் டைரக்டர் ஆக்ஷன் சொன்னதும், நான் பின்னால் நகர்ந்து முன்னால் பாய்வதற்குள் என்னைப் பிடித்து இழுத்துவிட்டுவிட்டு, 'சரே'லெனக் குதித்துவிட்டார் சின்னவர். டைரக்டர் ஸ்ரீதர் ஐயோன்னு கத்தியது இப்பவும் என் காதிலே கேக்குது. ஸ்பாட்லே எல்லாருமே கத்திட்டாங்க சும்மா தலைவர் அனாயசமாக நடந்துபோனார். டைரக்டர் பதறிப்போய் "என்ன இப்படிப் பண்ணிட்டீங்க. ஏதாவது ஆகிட்டா என்னாவது?" தலையிலே கைவைச்சிக்கிட்டு நின்னுட்டார். சின்னவர், "ஷாட் ஓ.கே.வா" என்றபடி சிரித்துக்கொண்டே சொன்னார்.

"ஏம்பா, என்னாலே செய்யமுடியாத காட்சிக்கு, நீ டூப்பு போட்டுக்கோ நான் ஒத்துகுறேன். ஆனா என்னால செய்ய முடிற காட்சிக்கு நீ ஏன் டூப்பு போடணும், அதனாலேதான் நானே குதிச்சேன்னு" சொல்லிக்கொண்டு என்னை முதுகில் தட்டிக் கொடுத்தார்.

எம்.ஜி.ஆரைப் பத்திப் பேசினால் பேசிக்கிட்டே இருக்கலாம். இன்னைக்கு ஸ்டண்ட் யூனியன் கட்டடம் இவ்வளவு பெருசு இருக்குதுன்னா அது அவரால்தான் ரஜினி சார் படத்துல ஒரு சண்டைக் காட்சியில ஆக்சிடென்ட் ஆகி தீப்பிடிச்சு பன்னிரண்டு பேர் விஜயா ஹெல்த் சென்டர் அட்மிட் பண்ணியாச்சு. பயங்கரமான நெருப்புக் காயம். சின்னவர் அப்ப சி.எம். இரவு தாண்டுதறதுக்குள்ள நியூஸ் வேகமா பரவிடுச்சு... காலையிலே ஆறு மணிக்கு சி.எம் எம்.ஜி.ஆர். ஆஸ்பிடலுக்குள்ளாற நிக்கிறாருங்க. இனிமேலெல்லாம் இப்படிப்பட்ட மனுஷரைப் பார்க்கமுடியாது... அந்தக் குரல், "நான் இருக்கே நான் இருக்கே கவலைப்படாதீங்க நான் இருக்கே" தைரியம் சொல்லிட்டு இரண்டு மணிநேரம் ஆஸ்பத்திரியிலேயே இருந்தாரு.. அவரே டாக்டர்கிட்டே பேசினார். நல்ல மருந்து சிங்கப்பூரில்தான் கிடைக்குதுன்னு சொன்னவுடனே அவரோட உதவியாளர்கிட்ட, "நீதான் பொறுப்பு இன்னைக்கு ஒருநாள் மருந்து சிங்கப்பூரிலேயிருந்து வரணும்." என உத்தரவு போட்டுவிட்டார். எங்களுக்காக மருந்து வரவச்சு எங்களக் காப்பத்தினாரு.. அவரு தெய்வமுங்க. தமிழ் சினிமாவுக்கு மட்டுமில்லே; ஸ்டண்ட் பாய்ஸ், ஸ்டண்ட் ஆர்ட்டிஸ்டு, ஸ்டண்ட் மாஸ்டர்ஸ் எல்லாருக்கும் தெய்வமுங்க!

ஷாகுல் அமீர்

சண்டைக் கலைஞர்

என்னுடைய பால்யத்தின் துவக்கத்தில் கலைகள் என்றாலே ஆடலும் பாடலும் மட்டும்தான் என்று நினைத்துக் கொண்டிருந்தேன். இதில் ஆச்சிரியம் என்னவென்றால், நான் உயர்நிலைப்பள்ளிக் கல்வியை முடிக்கும் தறுவாயில் உடற்கலைகளைப் பயில்வதற்காக பீளமேடு குப்புசாமி ஆசானிடம் பயிற்சி பெறத் துவங்கிவிட்டேன். அவரிடம் நான் அதிக நாட்கள் பயிற்சி எடுத்துக்கொள்ளவில்லை. குறைந்தது ஒரு மாதம் சென்றிருப்பேன். மிகவும் அடிப்படையானது என்று ஐந்து பயிற்சிகளைப் பயிற்றுவித்தார். அவற்றையே திரும்பத் திரும்பக் குறிப்பாக, எவ்வளவு அதிக எண்ணிக்கையில் பயிற்சி செய்ய முடியுமோ அந்தளவு செய். அதன் எண்ணிக்கை இவ்வளவுதான் என்று எந்த முடிவுக்கும் வந்துவிடாமல் தினமும் அதன் எண்ணிக்கை கூடுதல் அடையும்வகையில் பயிற்சி செய்யும்படி கூறினார். உடலை இலகுவாக வைத்துக் கொள்வது என்பது 'சும்மா' இருத்தல் அல்ல. சும்மா இருக்கும்போது உடல் அதன்போக்கில் கட்டமைந்து விடும். அதை பல்வேறுபட்ட சூழல்களுக்கு கடினப்பணிகளுக்கு அல்லது பழக்கமற்ற புதிய பாணிக்கு மாற்றுவது கடினம்.

உண்மையில், இன்று வாழ்க்கை அவரவர் முயற்சிகள் மற்றும் சூழல்களுக்கு ஏற்ப குறிப்பிட்ட பாணிக்கு, அமைந்துவிடுகிறது.

ஆனால், முப்பது ஆண்டுகளுக்கு முன்னால்கூட அப்படி இருக்கவில்லை. வாழ்க்கை சதாவும் மாறிக்கொண்டு இருந்தது. அதிலும் குறிப்பாக, என்னைப்போன்ற நாடோடி மனோநிலை கொண்டிருந்தவர்களுக்கு அல்லது இன்னதுதான் தொழில் என்று வரையறை செய்யமுடியாமல் இருந்தவர்களுக்கு, தொழில்நுட்ப அறிவு தொழில்நுட்பக்கருவிகள் மூலமான தொழில் அல்லது வாகன ஓட்டிகள் மற்றும் கடின உடல் உழைப்புத் தொழிலாளர்களுக்கு, வீடற்றவர்களுக்கு, சொந்த ஊர், வெளியூர் என்று சுற்றித்திரிபவர்களுக்கு அது கணம் கணமும் மாறிக் கொண்டிருந்தது. அதனால் அதற்கேற்ற உடல்வாகை அடைய வேண்டிய தேவை ஏற்பட்டது. என் மகள் ஜீவாவை கேம்பிரிட்ஜ் நகரத்திற்கு பட்டமேற்படிப்புக்கு அனுப்பி வைக்கும்போது நான்

முத்தாய்ப்பாகச் சொல்லி அனுப்பிய விஷயம் என்னவென்றால் தங்கமே ஜீவா, மனிதன் ஒரே இடத்தில் வாழப் பிறந்தவன் அல்ல. அவர்கள் ஓரிடத்திலிருந்து இன்னொரு இடத்திற்கு மாறிக்கொண்டே இருந்தவர்கள். அதற்குக் காரணம் பருவநிலை மாற்றங்களும் பொருளைத்தேடி அலைந்ததும்தான் உயிர் வாழ்வதற்கு இவையிரண்டும் அவசியம். அந்தவகையில் பயணங்களும் இடமாற்றமும் வாழ்வின் இயல்பு, நாம் சென்று சேர்கின்ற இடத்தின் சூழலுக்கும் பருவநிலைக்கும் நாம் ஒத்துப் போகவேண்டும். நமக்குத் பிடித்தமானதாக இருக்கவேண்டும் என்ற சொல்லாடலை நான் ஏற்றுக்கொள்வது இல்லை. அது அப்பிரதேசத்தின்மீது நாம் நம் அதிகாரத்தைச் செலுத்துவது ஆகும். அங்கேயே முரண் துவங்கிவிடுகிறது. யார் வெற்றி பெற்றால் அல்லது தோல்வியுற்றால் என்ன? களைப்படையப் போவது உறுதி. களைப்பு சலிப்பை உண்டாக்கும், சலிப்பு வெறுப்பைப் பிரசவிக்கும். அப்புறம் என்ன, அந்த இடத்தைவிட்டுக் கிளம்பிவிட வேண்டியதுதான். இதுவே மனிதர்களுக்கு இடையிலான முரண் எனில் ஓரளவில் மோதிப் பார்த்துவிடலாம் அல்லது விலகிச் செல்லலாம். ஆனால், பருவ நிலையோடு முரண்பாடு வந்துவிட்டால் என்ன செய்வது? வெற்றியடையவும் முடியாது. விலகிச் செல்லவும் முடியாது. அப்படியானால் பருவச் சூழலோடு நாம் பொருந்திக் கொள்ள வேண்டும். மேலும் இப்பொழுது, பொருள்கள் அனைத்து இடங்களை நோக்கியும் பயணித்துக் கொண்டிருக்கிறது. சூழலுடன் பொருத்துவதற்கு என்ன வழி? 107திகிரி வெப்ப நிலப்பரப்பிலிருந்து பயணப்பட்டு 00திகிரிக்கு உறைகுளிர் உள்ள நிலத்தில் எப்படி பொருந்திப் போவது? அந்தந்த நிலப்பரப்பில் வாழும் மக்கள் என்னென்ன யுக்திகளை வெகு இயல்பாகப் பயன்படுத்திக் கொண்டு இருக்கிறார்களோ அவற்றையெல்லலாம் நாம் உடனடியாக கற்றுக் கொள்வது. இன்னொன்று, எல்லாப் பருவநிலைகளிலும் உடலின் வெப்பச் சமச்சீரை பேணிப் பாதுகாப்பது. அது எப்படி?

உடல் தனது வெப்பச் சமச்சீரை சீர்படுத்திக்கொள்ளத்தான் வியர்வையை வெளிப்படுத்துகிறது. உடலின் வெப்பநிலை 98 திகிரியைக் கடக்கும்போது வியர்க்கத் துவங்குகிறது. வெளியேற்றும் வியர்வைக் கேற்ப தனிமக் கலவைகளுடன் கூடிய நீரை உள்வாங்கிக்கொண்டேயிருக்கிறது. இதுதான் அடிப்படை, வெப்பமண்டலப் பிரதேசமோ உறைபனிக் குளிர்பிரதேசமோ எதுவாயினும், உடல் வெப்பம் 98 திகிரிக்குள் நிலைநிறுத்தப்பட வேண்டும். இதற்கு எளிதான வழி உடல் இயங்கிக்கொண்டே இருக்க வேண்டும். இயக்கம் இயல்பான காரணமானதாக இல்லாமல் குறிப்பிட்ட முறைகளின்படி இருந்தால் அது கலை. எல்லா இடத்திற்கும் சூழலுக்கும் பொருத்தமானது உடற்கலை என்ற உடற்பயிற்சிக்கலை குறித்து என் கருத்தைக் கூறி அனுப்பினேன். அங்கே இரண்டு ஆண்டுகள் வாழ்ந்த ஜீவா ஒருமுறைகூட மருத்துவமனை செல்லவில்லை. அவளது வாழ்வு எப்படித் தீர்மானிக்கப்பட்டிருந்ததோ அதனூடாகவும் ஓட்டம் நடை, சைக்கிள்ஓட்டுதல் பின்னர் அவளது விருப்பத்தேர்வுக் கலையான

நடனம் என்று ஓயாது இயங்கி, நெருக்கடிகளுக்கு மத்தியிலும் ஆனந்த அனுபவத்தோடு திரும்பினாள்.

இப்படியாக, என்னுடைய பதினைந்து வயதில் ஒரு முப்பது நாள் குப்புசாமி ஆசானிடம் உடற்கலைப் பயிற்சிபெற்று எல்லாச் சூழலுக்கும் பொருந்துகின்ற உடற்கலையைக் கற்ற நான், மிகமிகக் குறைந்த காலங்களே என்றாலும் என் தன்னார்வம் காரணமாக பல்வேறு ஊர்களில் பல்வேறு ஆசான்களிடம் பல்வேறு கலைகளைப் பயின்றேன். என்டர் தி ட்ராகன் படம் பார்த்துவிட்டு அடுத்த நாளே. நான் 'நன்சாக்கு' செய்து கொண்டு பயிற்சி செய்யத் துவங்கிவிட்டேன். ஒருவிதத்தில் நான் ஏகலைவன் போன்றவன்தான். ஆனால் எனக்கு என்னுடைய சுயபயிற்சிகள் மற்றும் பரிசோதனைகளின்மீது சந்தேகம் ஏதும் இல்லாதவகையில் பயிற்சிகள் செய்துகொண்டே இருப்பேன். மேலும் என் வாழ்வில் நான் துரோணர்களைச் சந்திக்கவில்லை. ஆம். துரோணர்களின் காலம் முற்றான முடிவுக்கு வந்துவிட்டது. ஒரு ஆரிய பார்ப்பன இனக்குழு, தன் அதிகாரத்தைத் தக்கவைத்துக் கொள்ள இன்னும் துரோணாச்சாரியர் விருது கொடுத்துக் கொண்டு இருக்கிறது. மூடஅடிமைச் சமூகம் இன்னும் அதைக் கொண்டாடிக் கொண்டிருக்கிறது. இருபதாம் நூற்றாண்டு உலகிற்கு அளித்த மாபெரும் நன்கொடைகள் ஜனநாயகமும் சினிமாவும் மட்டுமே. ஜனநாயத்தின் பலன்களை சாதாரண மக்களுக்குக் கொண்டு சேர்க்க தொடர்ந்து போராடிக்கொண்டே இருக்கவேண்டிய நிலையே நீடிக்கிறது.

உலகின் அனைத்துக் கலைகளையும், பேரறிவுத் தொழில்நுட்பக் கருவிகளையும் தன்னகத்தே உள்வாங்கிக் கொண்டு பிறந்த சினிமா, தனக்கான ரசிகர்களை ஏழை, பணக்காரன் என்ற மாபெரும் பிரிவினையை ஒன்றுக்கொன்று எதிர்நிலைத்தன்மைகொண்ட ஆனால் என்றும் ஒன்றையொன்று சார்ந்தே வாழ்ந்திருக்க வேண்டிய அதனியல்பில் ஒட்டுமொத்த சமூகத்தையும் ஒருங்கே அரவணைத்துக் கொண்டு பிறந்தது சினிமா. அதனாலேயே அது ஜனநாயகத்தின் உச்சத்தன்மையைக் கொண்ட கலையாகிப் போனது.

அதன் வெகுசன நெருக்கம், அதனுள் வாழும் மனிதர்களைக் கொண்டாடத்தக்கவர்களாகவே அரங்கேற்றியது.

மிகப்பெரும் தொழிலநுட்ப அறிவு மற்றும் தொழில்நுட்பக் கலைக் கருவிகளின் துணை கொண்டு திரைப்படம் தயாரிக்கப்படுகிறது. அதனால், அதற்கு நடிகர் நடிகையர் அல்லாமல் நூற்றுக்கும் மேற்பட்ட தொழிலாளர்களும் இருபத்தி மூன்று பெரும் பிரிவுகளில் அல்லது துறைகளில் செயல்படும் மனிதர்கள் தேவைப்படுகிறார்கள். அதனால் அது இயல்பிலேயே பெரும் மூலதனத்தைக் கொண்டு மட்டுமே உருவாக்கப்படக்கூடிய கலைகளின் தொகுப்புக் கலையாக சினிமா உருவாகிறது. உருவாக்கப்பட்டுவிட்ட சினிமா திரையரங்குகளில் திரையிடப்பட்டு பார்வையாளர்களிடமிருந்து பணம் வசூலிப்பதன்மூலம்

செலவு செய்யப்பட்ட தொகையையும் அதன் குறைந்தபட்ச லாபத்தையும் அடையவேண்டிய கட்டாயம் உருவாகிறது. அந்தவகையில், பெரும் அறிவுச்சக்திகள் ஒன்று கூடி உற்பத்தி செய்யப்படும் பண்டமாக சினிமா உருவாகிறது. பண்டம் தனக்கான சந்தையை உருவாக்குவதோடு அது தக்கவைக்கப்பட வேண்டியதாகிறது. சந்தையில் நிலைத்து நிற்க பண்டத்தின் தரம் மற்றும் விலை அனைத்து மக்களும் ஏற்றுக்கொள்ளத்தக்கதாய் இருக்க வேண்டியிருக்கிறது. தரத்தை உயர்த்தி விலையைக் குறைக்க வேண்டிய நிலையில் தரத்தை கண்டறியாதவர்களும் மேலும் விலை குறைப்பதாகக் கூறிக்கொண்டு, கூடிவிட்ட விலைக்குக் காரணம் கற்பிக்கும் வணிக மனம் தரம்பற்றிய பல கதைகளைக் கட்டிக் கூவி விற்கிறது.

இக் கதைகளை தொடர்ந்து கேட்டுக் கொண்டுவரும் மக்கள் அதன் உண்மை மற்றும் புரட்டை காலத்தே கண்டறிந்து விடுக்கிறார்கள்.

சினிமா பார்ப்பது அறிவை வளர்க்கும் என்றால் எள்ளி நகையாடுபவர்கள் இப்பொழுதும் இருக்கத்தான் செய்கிறார்கள் அதனால் தேர்வு செய்யப்பட்ட சினிமாக்களைப் பார்ப்பதன்மூலம் அறிவைப் பெறமுடியும் என்று வைத்துக் கொள்வோம்.

ஆப்பிரிக்காவில் சினிமாவை அறிமுகப்படுத்த விரும்பிய ஒருவர், கையில் காமிரா மற்றும் கருவிகளோடு சென்று, அங்கிருந்த பழங்குடி மக்களைத் துணைக்கு அழைத்துக்கொண்டு காட்டெருமை வேட்டைக் காட்சிகளை தத்ரூபமாகப் படமாக்கியிருக்கிறார். பின்னர் சினிமா முழுமையடைந்தபிறகு அந்த மக்களுக்கு திரையிட்டுக் காட்டியிருக்கிறார். அம்மக்கள் முதன்முறையாக சினிமாவைப் பார்ப்பவர்கள் திரையின் முன்னால் அமர்ந்திருக்கும் மக்களை நோக்கிப் பாய்ந்தோடி வரும் காட்டெருமைகள் ஏற்படுத்திய அதிர்ச்சியிலிருந்தும் இன்னபிற ஆச்சரியங்களிலிருந்தும் மீண்டு அப் படத்தைப் பார்த்து முடித்தபின்னர் மக்களிடம் இயக்குநர் பெருமிதத்துடன் காட்டெருமை வேட்டை சினிமா குறித்துக் கேட்டிருக்கிறார்.

அம்மக்கள் குழுவின் வழக்கப்படி குழுமூப்பன் பேசியிருக்கிறார்.

“காட்டெருமை வேட்டையைப்பற்றி காட்டுகிறேன்னு சொல்லிவிட்டு டிரம்ஸ்” அடிச்சிக்கிட்டே இருக்கும்போது காட்டெருமை எப்படி ஓடாமல் நிக்குது என்பதுதான் எங்களுக்கு ஆச்சரியமாயிருக்கு என்று பதில் சொல்லியிருக்கிறார்.

வாழ்வில் முதல்முறையாக சினிமா பார்த்தவரின் பதில் இது.

உலகின் சினிமாவுக்கு ஏறத்தாழ நூற்றியிருபது வயதாகி விட்டது.

தமிழ் சினிமாவின் நூற்றாண்டு விழா கொண்டாடப்படுகிறது.

அப்படியானால், சினிமா எனும் கலை வணிகர்கள், சினிமா சந்தையைத் தக்கவைக்க எத்தனை எத்தனை பொய் சொல்லியிருப்பார்கள். அவை

கண்டுகொள்ளப்படும்போது அவர்கள் சினிமாவின் தரத்தைக் கூட்ட கலைவடிவிலும் காட்சி வடிவிலும் அதன் கருத்தியல் அல்லது அரசியல் நிலைப்பாட்டிலும் எத்தனை யுக்திகளைக் கையாண்டிருப்பார்கள்.

உறைநிலைப் புகைப்படம் அசைந்து இயங்கியது. ஊமைத் திரைப்படம் உருவானது.

பின்னர் அசைந்து இயங்கிய சினிமா பேசியது, பாடியது, மனித வாழ்வைப் படம் பிடித்தது. சமூக நிலைமையை வரலாற்றை காட்சிப் படுத்தியது. மனிதகுல வரலாற்றில் ஒரு மனிதன் காணும் கனவு முதல்முறையாக காட்சிப்படுத்தப்பட்டு அது புதிய கனவுகளை சிருஷ்டித்தது. திரைக்கலைத் தொழில் வளர்ந்தது. தனிநபர் மோதல்களும் போர்களும் காட்சிப்படுத்தப்பட்டது.

உலகம் முழுவதும் மனித வாழ்க்கை கோபம், அதிருப்தி, வெறுப்பு, சலிப்பு. ஏக்கம், கொந்தளிக்கும், காமம் என்று உணர்வுகளால் அல்லல்பட்டுக் கொண்டிருக்க, அவற்றுக்குத் தீனியாக வீரியமற்ற நிழல் படத்தைக் காட்சிப்படுத்தி வெற்றிகரமான சினிமாக்களைப் படைத்தார்கள். யதார்த்த உலகிலிருந்து விலகி “எநட்டோமேனியாக்” எனும் மீளமுடியா கனவு உலகில் சஞ்சரித்துவந்த மனிதகுலத்தை மீட்டு வண்ணக் காட்சிரூப நிழலுலகிற்குள் மூழ்கடித்தது சினிமா.

கலைமேன்மை வணிகம் என ரயில் தண்டவாளங்களை போல் இணைபிரியாமல் சமதளத்தில் சீராகப் பயணம் செய்யச் செலுத்தப்படும் கவிழாத ரயில்போல் சினிமாக்கலை பாதுகாக்கப்படுகிறது. ஆயிரமாயிரம் கலைஞர்களின் கலைப் படைப்பாளர்கள் மற்றும் கலைத் தொழிலாளர்களின் அர்ப்பணிப்பில் இது சாதிக்கப்பட்டுள்ளது.

ஆடியும் பாடியும் தங்களுக்குள் மோதி சண்டை செய்து கொண்டும் தங்களுறவுகளோடு கொந்தளிக்கும் காமக்கிளர்ச்சியுடன் கலவிசெய்து, பிள்ளை பெற்று உழைத்து வாழ்ந்துவந்த ஒரு சமூகம், ஆடலைப் பார்த்தபடி பாடலைக் கேட்டுக்கொண்டு யாரோ யாரையோ, எங்கோ எதற்கோ முறியடிப்பதைக் கொன்றொழித்து வெற்றிவாகை சூடுவதை கைதட்டிக் கொண்டாடி ஊர் பார்க்கக் காதல் செய்யும் காமக்கிளர்ச்சி தம்பதிகளின் விரகதாபத்தைப் பார்த்துத்தான் தன்காமம் வடிந்து களைப்பில் தூங்கும் கூட்டமாக மாறியிருப்பது சற்றே துயரம்தான். அதேசமயம், காமத்தின் நாகரிகக் குரலென காதல் பாடல்களாக, தோல்விகளால் துவண்டுபோன இதயங்களின் வெளிப்பாடாக எல்லோரும் தங்களது தனிமைப்பொழுதுகளில் வாய்க்குள் முணுமுணுக்கும் நெஞ்சக்கூட்டை உருக்கும் சோக கீதங்களும், சதாவும் பொய்கூறி புறம்பேசி சூறையாடும் சமூகப் போக்கு களிலிருந்து திசை மாற்றும் தத்துவப் பாடல்களும் உலகின் எதிர்காலத் திசைவழியைத் தீர்மானிக்கும் கனவுகளுடன்கூடிய லட்சியப் பாடல்களும் கொட்டிக் குவிந்துகிடக்கிறது தமிழ் சினிமாவில்.

அதுபோலவே எங்கோ தொலைதூர நாடுகளில் வாழும் மேலாதிக்க சக்திகளின் நலனுக்காகப் பாடுபடும் அதற்காகவே பயிற்றுவிக்கப்பட்டு வளர்க்கப்படும் உழைப்புச்சக்தி சூறையாடலுக்குள் சிக்கிச் சுழலும், கண்ணைப் பறிக்கும் வண்ணக் கலவைகள் கொண்டு பூசிமறைக்கப்பட்டுவிட்ட மூளையை விற்றுப் பொருள் பெறுவதையே கனவாகக் காண்கிற நுகர்வு அடிமை சண்டைக் காட்சிகளையும் படைத்துக் கொண்டிருக்கிறது சினிமா ஒவ்வொரு காலத்தையும் அந்தந்த நிலங்களில் நடந்த சம்பவங்களின் அரசியல் பெருநிகழ்வுகளின் சாரமாகவும் சாட்சியாகவும் ஏராளமான அரசியல் சினிமாக்களும் படைக்கப்பட்டுள்ளது. சினிமா குறித்த விவாதத்தில் பேசிப்பேசிப் பரவசமடைந்து போற்றிப் புகழ்ந்து கொண்டாடுவதற்கான விஷயங்கள் இருந்துகொண்டே இருக்கிறது. கடிந்து பேசி கண்டனங்கூறி துயருறுவதற்கும் சினிமாவில் வாய்ப்புகள் இருந்துகொண்டே இருக்கிறது.

நூற்றாண்டு தமிழ் சினிமாவிற்கான விழாக்கள் கொண்டாடப்பட்டு வரும் சூழலில், இந்தச் சினிமாக்களில் சண்டைக்கலை மற்றும் போர்க்கலை குறித்து ஆய்வு செய்யும் போதும் ரசனைக்குரியதும் சாத்தியப்பாடுடையதும் கடந்தகாலத்தில் தமிழ்ச் சமூகம் கட்டிப் பாதுகாத்துவந்த மரபார்ந்த போர்க்கலைகளை ஆகச் சிறப்பாகக் குறிப்பாக, எதிர்வரும் சமூகத்துக்கு காட்சிப்படமாகக் காட்டுவதற்குரிய தகுதியான கலையைப் படைத்தது யார்? எந்தக் கலைஞன் வரலாற்றுப் பொறுப்புக்குச் சொந்தக்காரன் என்கிற ஆய்வைச் செய்யும்போது காணக்கிடைப்பது எம்.ஜி.ஆர்.. என்னும் கலைஞன் ஒருவரே.

ஆயிரம் ஆண்டுகளாக அடிமைப்பட்டிருக்கும் தமிழ்ச்சமூகம் கனவுகளிலிருந்து மீண்டு யதார்த்தத்தில் விடுதலை கோரும் சுதந்திர சுயமரியாதையுடன் கூடிய வாழ்வைத் தேர்வுசெய்ய தன்னை அச்சமற்ற வீரனாக வளர்த்தெடுக்க நிழலுருவில் மாயாஜாலம் புரியும் சினிமா என்னும் மூடப்பட்டுவிட்ட அரசாங்கத்தின் இருளுக்குள்ளிருந்து அதிகாரம் செய்யும் கலைக்குள்ளிருந்து காட்சிகளை சுட்டிக்காட்ட மிச்சம் இருக்கிறது. ஆம், எல்லா நம்பிக்கைகளும் இழந்துவிட்ட நிலையில், தேவைப்படும் லட்சியவாத மனிதனாகத் தன்னை மாற்றிக்கொள்ளத் துரோணர்கள் தேவையற்ற சூழலில் வஞ்சனைக்கு ஆட்படாத புதிய ஏகலைவன்கள் பிறக்க மரபையும் மரபு சுமந்துவந்த சமயங்களுக்குட்படாத தமிழ் அறம் மீட்டெடுக்க எம்.ஜி.ஆர். திரைப்படங்களில் போர்க்கலைகள் என்ற இப்புத்தகம் பயன்படும்.

அப்பொழுது எனக்கு எட்டு அல்லது ஒன்பது வயது இருந்திருக்கும். இப்போதைய பார்வையில் குறிப்பிட்டால், இந்தியாவுடன் ஒன்றிணைக்கப்பட்டிருந்த தமிழ்நாடு, தனது தனிநாடு கோரிக்கையைக் கைவிட்டு மாநில சுயாட்சி அல்லது தன்னாட்சி என்று குறுகி, அரசியல் அதிகாரத்தைக் கைப்பற்றியிருந்த நிலையில், திராவிட அரசியல் கட்சிக்குள் நிலவிய அதிகாரப் போட்டியில் ஊழல் ஒழிப்புப் பெருமுழக்கத்துடன்

பிரிவினைவாத எதிர்ப்பாளர்கள் என்று கூறிக்கொள்ளும் சர்வதேசியம் பேசியபடியே ஆரிய மையவாதக் கருத்தியல்கொண்ட இடதுசாரிக் கட்சியின் ஆதரவுடன் அரசியல் களம் இறங்குகிறார் எம்.ஜி.ஆர்.

அது, அவிநாசி சாலை மேற்கில் வரதராஜா மில்லும் கிழக்கில் ஹோப் காலேஜ் அல்லது பாலரங்கநாதபுரம் சிக்னலுக்கும் இடையில், ஜி.ஆர்.ஜி பெண்கள் தங்குமிட வாசலுக்கு நேர்எதிரில் வடக்குப் பார்த்த நிலையில் எங்கள் வீடு இருந்தது. முன்பக்கம், சைக்கிள் கடை பழனிசாமி மாமனது சைக்கிள் கடையும், பக்கத்தில் ராஜா சலூனுமாக எப்பொழுதும் பத்துப்பேர் நின்று எக்காளச் சிரிப்பும் எள்ளல் பேச்சுமாக பேசிக்கொண்டிருக்கும் பரபரப்பான இடம். பக்கத்தில் ஒரு ஆள் மட்டுமே உள்ளே அமரும்வகையிலான சின்ன பெட்டிக்கடை எங்களுடையது. அந்தக் கடைகளுக்குப் பின்னால் எங்கள் வீடு தாத்தாவுக்குச் சொந்தமான நிலம், என் மாமன்மார்கள் அன்றைய தீவிர திமுகவினர் அதேசமயம், அதிதீவிர எம்.ஜி.ஆர். ரசிகர்கள் அவரைப் போன்ற சிகை அலங்காரம், கருப்பு, சிவப்பு வண்ண உடைகள், நடைபாவனை மற்றும் தெளிவான பேச்சு, குரலில் மிதமிஞ்சிய கம்பீரமுமாக ஊரை வலம்வந்தவர்கள் பழனிசாமி மாமா 'அடைந்தால் தனித் தமிழ்நாடு இல்லையேல் சுடுகாடு' என்று முழக்கமிட்டுக் கொண்டிருந்தார்.

ஏதோ ஒருசமயத்தில் வீடும் வீதிமுனைகளும் அல்லோகல்லோலப்பட்டது. மிகப்பெரிய நீளமான வீச்சரிவாளைக் கொண்டுவந்த பெரிய மாமாஅதை வீட்டிற்குள் ஒளித்துவைத்தார். அவருடைய பெல்ட் அணிந்து இறுக்கக் கட்டிய வேட்டிக்குள் உறையிலிட்ட பிச்சுவாக்கத்தி இடம்பெற்றது. எப்பொழுதும் வாசலில் காத்திருக்கும் பத்துப் பேருடன் நடந்துகொண்டிருந்தார். வீட்டிற்குள் மாட்டிவைக்கப்பட்டிருந்த ஆறுக்கு நாலடி என்ற அளவில் முக்கால் பங்கிற்கு பேரறிஞர் அண்ணாவின் முகம் மட்டும் இருந்த புகைப்படத்தில் ஓரத்தில் பெரிய எழுத்தாக கடமை, கண்ணியம், கட்டுப்பாடு என்று எழுதியிருக்கும் 'எங்க வீட்டுப் பிள்ளை' எம்.ஜி.ஆர். அருகில் நீள்வட்ட வடிவில் புகைப்படம் இருக்க, சதுரவடிவில் சட்டகம் போட்டது கொண்டு வந்து மாட்டிவைக்கப்பட்டது முக்கியமானதொரு நாளில் வீதி முனைகளிலெல்லாம் மக்கள் கூட்டம் கூட்டமாக நின்று கொண்டிருந்தார்கள். அந்த நாளின் இரவில் ஏராளமானோர் எங்கள் வீட்டில் சோறு சாப்பிட்டுக் கொண்டிருந்தார்கள். மொத்தமுமாக சிறிதுநேரத்தில் செய்தி தெரிந்து விட்டிந்திருந்தது. எம்.ஜி.ஆர். வர்றார் எம்.ஜி.ஆர். வர்றார். எங்கம்மா பரபரப்புடன் வேலை செய்துகொண்டிருந்தார். சைக்கிள் கடைக்கும் ராஜன் சலூனுக்கும் இடைப்பட்ட இடத்தில் வாசலில் முன் பக்கமாக குழிதோண்டிக்கொண்டிருந்தார்கள். நள்ளிரவு வரை விழித்திருந்துவிட்டுப் போனேன். காலையில் எழுந்து வந்து பார்த்த போது கருப்பு, வெள்ளை, சிவப்பு வண்ணத்தில் புதிய கொடிமரம் கம்பீரமாக அதைச் சுற்றிலும் 'ப' வடிவில் மூங்கில்கள் கட்டப்பட்டிருந்தது. சாலையின் ஓரங்களில் தடை

அரண்கள் இரண்டு பக்கமும் கட்டப்பட்டிருந்தது. ராஜா சலூன்கடைத் திண்ணையிலிருந்து இரண்டடி தூரத்தில் வந்து நின்றுதான் எம்.ஜி.ஆர். கொடி ஏற்றப் போகிறார். அவிநாசி சாலையெங்கும் நிறைந்திருந்த மக்கள் வெள்ளத்தில் இந்தக் கடைசியிலிருந்து அந்தக் கடைசிவரையிலும் ஓடித் திரிந்துகொண்டிருந்தேன். திடீரென்று எங்கம்மா என்னையும் என் அண்ணனையும் இழுத்துக்கொண்டு கொடிமரம அருகில் எங்கள் வீட்டுத் திண்ணையில் நிற்கவைத்துக்கொண்டிருந்தார்கள். மக்கள் கூட்டம் திமுதிமுவென கூடியிருந்தது. என் மாமன்மார்களில் மூவரும் அவர்களது நண்பர்களுமாகக் கட்டுத்திட்டமான இளைஞர்கள் ஒரு நூறுபேர் அரண் அமைத்துக் கொண்டிருந்தார்கள். தங்களுக்குள் சங்கிலிபோல் கை கோர்த்துக்குக் கொண்டு நின்றார்கள். அந்த வளையத்திற்குள்தான் எம்.ஜி.ஆர். வரவேண்டும் பல இடங்களிலிலும் டேங்கர் லாரி போல் வடிவமைக்கப்பட்டிருந்த வண்டியின்மீதிருந்தே கொடியேற்றுகிறார் என்ற செய்தி பரவி இருந்தது. பல இடங்களிலும் வண்டியைவிட்டு இறங்குவதேயில்லை இங்கே இறங்குவாரா? வருவாரா? காலம் விரைந்துகொண்டிருந்தது. ‘வந்தாச்சு, வந்தாச்சு’ பேரிரைச்சலென பரவி அடங்கும் சத்தம் இல்லையாமா? அது எதோ வேற வண்டி, ‘அட வந்தாச்சு, அட வந்தாச்சு’ புளியமரங்களில் அமர்ந்திருந்தவர்கள் சத்தம் போட்டனர். ரயில்வே பாலம் மேட்டிலே வண்டி நிக்குது. அதோ தொப்பி தெரியுது ‘தலைவர் வந்தாச்சு’ சுமார் அரைமைலுக்கு அப்பால் தலைவர் நிற்கிறார். கூட்டம் இங்கே அலைமோதுகிறது. சங்கிலிபோல் கைகோர்த்துக்கொண்டு இருந்தவர்களைக் காணவில்லை. மாமா அனைவரையும் மீண்டும் ஒன்று திரட்டினார். அணி கலையக்கூடாது. கூட்டம் நெருக்கிக்கொண்டால் தலைவர் இறங்கமாட்டார். இங்கே கொடிமரம் தார்ச் சாலையிலிருந்து விலகி உட்பக்கமாக இருக்கிறது. லாரியை ஓரம்கட்ட முடியாது. அப்படியானால், எம்.ஜி.ஆர். இறங்கித்தான் ஆகணும், இவ்ளோ கஷ்டப்பட்டிருக்கிறோம், தலைவர் இறங்க முடியலைன்னா என்னாகிறது! மூங்கிலின் உட்பக்கத்திலும் வெளிப்பக்கத்திலும் இளைஞர்கள் அணி சேர்ந்தனர். பெண்களுக்கு இடம் கொடு, பெண்கள் தாய்மார்கள் ‘ஹோ’வென்ற பேரிரைச்சல் எம்.ஜி.ஆர். எம்.ஜி.ஆர். எம்.ஜி.ஆர். வாழ்க, கோஷம் வானை முட்டியது கடலிலிருந்து பொங்கும் பேரலைபோல் கூட்டம் அலையாடியது. ஒரு டேங்கர் லாரியின் முகப்பு முன்னால் நின்றது. வீட்டிலிருக்கும் போட்டோவில் இருப்பதைப் போல் இல்லாமல் வெள்ளைத் தொப்பி, வெள்ளை வேட்டி சட்டை, கறுப்புக் கண்ணாடி கும்பிட்டுக்கொண்டே இருக்கிற கைகளின் மறைவில் மலர்ந்த புன்னகை. மாமாவோடு பேசுகிறார், நாங்கள் நின்றுகொண்டிருந்த இரண்டடி இடைவெளிக்குள் இப்போது பத்துப்பேர் நின்று கொண்டிருந்தார்கள். லாரியிலிருந்து குண்டு குண்டான ஆட்கள் இறங்குகிறார்கள். அவர்களுக்கு மத்தியில் சரசரவெனப் படியிறங்கி, மின்னலென குதித்துத் தாவியோடி வந்து கொடிமரக் கயிற்றை பற்றியிழுக்கிறார். பச்சை நரம்பு இழையோடிய

செக்கச்சிவந்த கைகளை நோக்கி நூறு கைகள் நீளுகிறது. பிடித்திருந்த கொடிக்கயிற்றை ஒரே சுண்டு. கொடியிலிருந்து பூ மழை பொழிகிறது. அதற்குள் கூட்டத்தை சமாளித்துக் கொண்டு மாமா ரோஜா மாலையைப் போடுகிறார். தலைகுனிந்து வாங்கிக் கொண்ட எம்.ஜி.ஆர். அப்படியே அதை எடுத்து மாமாவிற்குப் போடுகிறார். கட்டிப் பிடிக்கிறார். ஹா ஹா வென்ற பேரிரைச்சல் மூங்கில் மரங்கள் சடசடவென முறிகிறது. மாமா மாலையைக் கழற்ற எம்.ஜி.ஆர். அதைக் கையில் வாங்கி பொதுமக்களைப் பார்த்து வீசுகிறார். கணப்பொழுதில் மாலை காணாமல் போகிறது. தாவியோடியபடியிருக்கிறார். தடுப்பரண்களை உடைத்துக் கொண்ட மக்கள் கூட்டம் என்னைச் சூழ்ந்து கொள்ள எனக்கு மறைக்கிறது. லாரி யின்மீது ஏறிய எம்.ஜி.ஆர். சுற்றிலும் வணங்கியபடி வடக்குப் பக்கமாகப் பார்க்கிறார். இல்லையில்லை தேடுகிறார். லட்சோபலட்ச மக்கள் தன்னைக் காணத் துடிக்கின்றபோது அந்த மனம் யாரையே தேடுகிறது. வண்டி புறப்படுகிறது. திடீரென்று எம்.ஜி.ஆர். சத்தம் போட்டுக் கூப்பிடுகிறார். "நாராயணசாமி அண்ணா, நாராயணசாமி அண்ணா." அவரது கைகள் தாறுமாறாக அலைகிறது. கூட்டம் வியந்து அந்தத் திசையில் திரும்புகிறது. புறப்பட்டுவிட்ட வண்டி கொடுத்த ஆட்டத்திற்கு அசைந்தபடி "அங்க வந்து என்னைப் பாருங்க அண்ணா." அவ்வளவு பேரிரைச்சலிலும் வெளிப்பட்ட அவரது குரல் இப்பொழுதும் என் காதுகளில் ஒலித்துக் கொண்டிருக்கிறது.

என் அம்மாவும் அன்றைய எங்கள் ஊர்க்காரர்களும் இன்னும் உச்சரித்துக்கொண்டு இருக்கிறார்கள் "நாராயணசாமி அண்ணா" "நாராயணசாமி அண்ணா", "அங்க வந்து என்னப் பாருங்க..."

கூட்டம் கலைந்துவிட்டிருந்தது. கீழே விழுந்துகிடந்த ரோஜாப்பூக்களை கொஞ்சம் பெண்கள் பொறுக்கிக்கொண்டு இருந்தார்கள். வீட்டிற்குள் வந்தபிறகு தான் பார்க்கிறேன். ஒரு கொத்துப் பூக்களை எங்கம்மா மடியில் கட்டிக்கொண்டு வந்திருந்தார்கள். மறுநாளும் அடுத்துவந்த ஒவ்வொருநாளும் ஜி.ஆர்.ஜி. பெண்கள் தங்குமிடத்துப் பொறுப்பாளராக இருந்த நாராயணசாமி அண்ணன் ஊரின் நாயகனானார். பல நாள் கேட்ட கதை, அதில் அவரே சொன்னது: "ராமச்சந்திரனுக்கு என் பெயர் தெரியும்னுகூட எனக்குத் தெரியாதப்பா? அது எப்போ?... (1950களுக்கு முன்) நம்ம டீக்கடை வாசலிலே பெஞ்சிலே ஒரு பையன் உட்கார்ந்திருந்தான். ரொம்ப நேரமா உட்கார்ந்திருந்தான். நானும் கண்டுக்கலே பொழுதோட பெஞ்சு எடுத்து உள்ளே போடணும்னே. அவன் எழுந்திரிச்சா கடையை மூடறத்துக்கு பலகை எடுத்து வைக்கும்போது அவனைப் பற்றி விவரம் கேட்டேன்: "சிங்கநல்லூரிலே இருக்கேன். நாடகம் சினிமா இதிலே நடிக்கிறேன்னு சொன்னான், பாவம், ஒண்ணும் வருமானம் இல்லைபோலிருக்குன்னு நெனச்சுக்கிட்டு ரெண்டு வடையை பேப்பரிலே வச்சுக் கொடுத்தேன். பாவம், பசியில்தான் இருந்திருக்கான். சாப்பிட்டான் தண்ணீர் குடிச்சான்,

கும்புட்டிட்டு போய்ட்டான். அப்புறம் கொஞ்சநாளா காணோம், திடீர்னு ஒருநாள் வந்தான். ஒரு கும்புடு போட்டுட்டு உட்கார்ந்தான் நான் பார்த்தேன். விசாரித்தேன், எப்பவாவது காசில்லாதபோது மட்டும்தான் வருகிறான் எனத் தெரிந்தது. ஒரு வடையும், டீயும் கொடுப்பேன், அப்பத்தான் பேரக் கேட்டுத் தெரிஞ்சுக்கிட்டேன். பாவம், சுத்தமாக கையிலே காசில்லாதபோது சிங்கநல்லூரிலிருந்து நடந்தே வருவான். அதற்கப்புறம் நான் பார்க்கவேயில்ல. இருக்கும் இன்னைக்கு முப்பது வருஷம் இருக்கும் அப்புறம் பின்னாடி அந்தப் பையன்தான் எம்.ஜி.ஆருன்னு தெரிஞ்சுக்கிட்டேன். ஆனால், அவன் இன்னைக்கு இந்தக் கூட்டத்தில் என்னைத் தேடுவான்னு நினைக்கவே இல்லை". கூட்டம் கூட்டமாக மக்கள் வந்து கேட்டுக் கொண்டு போவார்கள். "நீங்க போய் தனியாப் பார்த்தீர்களா அண்ணா?" "இல்லைப்பா. எனக்கு என்ன சோலி அங்க." பின்னாளில் 'நினைத்ததை முடிப்பவன்' திரைப்படத்தில் ஒலித்த பாடலில் ஒரு வரி "நன்றி மறவாத நல்ல மனம் போதும் என்றும் அதுவே என் மூலதனம் ஆகும்" வளந்துவிட்ட எனக்கு, அவரது கட்சியில் எந்த வேலையும் இருக்கவில்லை.

ஆனால் கனவின் மைந்தனாக ஊர் உலகம் சுற்றித்திரிந்த எனக்கு வார்த்தைச் சுத்தமும் அஞ்சாமையையும் போதித்த ஒரு மனிதன், ஆபத்தான சமயத்தில் ஒரு நபர் பலபேரை எதிர்த்துச் சண்டையிட்டு வெற்றிகாணமுடியும். குறைந்தபட்சம் உயிர் பிழைத்து தப்பியோடிவிட முடியும் என்ற நம்பிக்கையை எனக்குள் விதைத்த எம்.ஜி.ஆருக்கும் என் மக்களுக்கும் நான் என்னதான் நன்றிக் கடன் செலுத்துவது. இதோ எம்.ஜி.ஆரின் நூற்றாண்டு விழா கொண்டாட்டங்களுக்கு ஊடாக என்னுடைய புகழுரை.

மேலும் எம்.ஜி.ஆர். எப்பொழுதும் பேராதரவையும் பலத்த எதிர்ப்பையும் சந்தித்துக் கொண்டிருந்தவர். இப்பொழுதும்கூட அந்த நிலையே நீடிக்கிறது. அவர் உயிரோடு இருந்தபோதும் அவருக்குப் பின்னர் அவருடைய புகைப்படமும், திரைப்படமும் கூட அரசியல் அதிகாரத்தைக் கைப்பற்ற அல்லது ஆதாயத்துக்குப் பயன்பட்டது. அதனால் அவருக்கு ஆதரவும், மறுப்பும்கூட நியாயமே. இதோ, ஒரு புதிய சகாப்தம் தொடங்குகிறது. லாப வேட்கை இன்றி, அதிகார நோக்கின்றி ஆய்வு தொடங்கப்பட இருக்கிறது. என்னைப் பொறுத்தமட்டிலும், இந்த உலகம் பேசும் அல்லது நினைத்துக்கொண்டிருக்கும் அரசியல் தலைவர் எம்.ஜி.ஆரின் காலம் முற்றான முற்றுக்கு வந்துவிட்டது.

தமிழ் சினிமாவின் முடிசூடா மன்னனாக, துறையின் அனைத்துப் பிரிவுகளிலும் ஆழ்ந்த அனுபவம்கொண்ட வல்லுனனாக கலைஞன் இயல்பிலேயே மனசாட்சியுள்ளவன் என்ற உண்மைக்கேற்ப எம்.ஜி.ஆர். எனும் மனிதனின் வாழ்வு மற்றும் சினிமாகுறித்த விருப்பு வெறுப்புகளற்ற ஆய்வு தொடங்கும்.

இதுவரையறிந்திராத புதிய எம்.ஜி.ஆர். கண்டுபிடிக்கப்படுவார். பாமர சனங்களின் மொழியில் கூறினால் 'எம்.ஜி.ஆர். வருவார்' அவர் உயிரோடு இருக்கிறார். இருந்து கொண்டேதான் இருப்பார். அவர் காலத்தின் அற்புதக் கலைஞனாக இதோ புதிய துவக்கம்.

எம்.ஜி.ஆர். திரைப்படங்களில் போர்க்கலைகள் நூலில் நுழையுங்கள். என் நீண்ட நெடுங்கால நண்பரும் மரியாதைக்குரியவரும் இப்பொழுது மெய்காண் தமிழ்க் கலைஞர் சங்கத்தின் செயலராகவும் இருந்துவரும் தங்கம் (எ) தங்கவேலன் அவர்களோடு ஏதோ ஒரு இரவில் போர்க்கலைகள் குறித்து உரையாடியது. தமிழ், சினிமாக்களைப் பற்றி அவருக்குத் தனிஅபிப்ராயங்கள் உள்ளது. ஒரு நாள் தொலைபேசியில் அழைத்த தங்கம்.

நூற்றாண்டு தமிழ் சினிமாவுக்கான விழாவை தஞ்சை அன்னை வேளாங்கன்னி கல்லூரி பொறுப்பேற்று நடத்துகிறது,. அவர்களிடம் இருந்து அழைப்பு வரும் கலந்து கொள்ளுங்கள் என்றார். அழைப்பு வந்தது. உரை மட்டுமின்றி, உங்கள் கருத்தை எழுத்துமூலமாக எழுதித் தாருங்கள். தொகுத்து புத்தகமாக வெளியிடயிருக்கிறோம் என்றார். கல்லூரி பேரா.இளஞ்சேரல், அதற்காக எழுதத் துவங்கிய கட்டுரை பக்க அளவு வேறுபாடு காரணமாக தனிப் புத்தகமாக வெளியிடுகிறது டிஸ்கவரி புக் பேலஸ், திரு.வேடியப்பன் அவர்களுக்கும் கணினி பதிவேற்றம் செய்த்தவர்களுக்கும் கிங் ஆப் கிங்ஸ் கணினி பதிவாளர் திருமதி.மீனாட்சி மற்றும் நிறுவன உரிமையாளர் அகஸ்டின் அவர்களுக்கும் நன்றி.

இப்புத்தகத்தை படிக்கக் கேட்டுவிட்டு வாழ்த்துரைத்த ஐயா J.K.காளியப்பன் அவர்களுக்கும், சண்டைக்கலை இயக்குநர் திரு.ஷாகுல் அமீர் ஆசான் அவர்களுக்கும் நன்றி.

மு.சந்திரகுமார்

ஜனவிரி-2019

எம்.ஜி.ஆர்.
திரைப்படங்களில் போர்க்கலைகள்

அன்றைய நாளின் ஓய்வு நேரத்தில், எதையும் படிக்கும் ஆர்வம் மேலிடாத சமயம் தொலைக்காட்சிப் பெட்டியை ஒளிரச் செய்தேன். காவிரி நதிநீர் உரிமைக்காக மக்கள் போராடிக்கொண்டிருந்த சமயத்தில், தமிழ்நாடு அரசு திரைப்பட விளம்பர நிறுவனம் கழிவுநீர் சுத்திகரிப்பு குறித்து மிக நீண்ட விளக்கம் கொடுத்துக்கொண்டு இருந்தது. பொதிகை அலைவரிசையில் தமிழ் மொழியில் பேசத் தெரியாத ஐயர் ஒருவர், கடல்நீரை குடிநீராக்கும் திட்டத்திற்கு அமெரிக்க நிறுவனத்தின் விலாசம் கொடுத்துக் கொண்டிருந்தார் தமிழ்ச் சமூகத்தின் எதிரிகளைப் பார்த்து வெறுப்படைந்து தொலை யியக்கியைச் செயல்படுத்தி ஆங்கிலமொழிப் படங்களைத் தேடினேன்.

ஏதோ ஒரு அலைவரிசையில் ‘அதிரடி’ என்ற பெயரில் சீனத் திரைப்படம் ஓடிக்கொண்டிருந்தது. கதாநாயகன் ரொம்பவும் சொதப்பலான தேகம்தான். ஆனாலும் குங்ஃபூ கலையின் உன்னத வீரனாக காட்சிப்படுத்தப்பட்டிருந்த சினிமாவின் இறுதிக் காட்சிகள் எனத் தெரிந்தது. வில்லன் தன்னுடலைப் பெருவுருவாக்கினான். ஒரு தவளையைப்போல் தாவி நாயகனைத் தூக்கி வீசினான். நாயகன் மேலே போய்க்கொண்டிருந்தான். தாறுமாறாகப் பறந்தாலும் தன்னை ஒருவாறு நிலைப்படுத்திக்கொண்டு கரணம் அடித்துச் சுழன்றபடி நிலத்தில் வீழ்ந்து மோதிவிடாமல் கால்களை அகலப் பரப்பியபடி நின்றவன், தன்னை ஆசுவாசப்படுத்திக்கொண்டு எதிரியைத் தேடுகின்றான். எதிரி தூரத்தில் காற்றை உள்ளிழுத்து உடலை உப்பச்செய்து பலூன்போலப் பெருகி நிற்கிறான்

ஆ! ஆ! எனக் கத்தியபடி நாயகன், அருகாமைக் கட்டடத்தின் பக்கவாட்டில் காலூன்றி எகிறிப் பக்கத்துக் கட்டடத்தில் காலுன்றிப் பல கட்டடங்களின் பக்கவாட்டுச் சுவற்றில் கால் தாரை பதிய ஓடி ஒரு உதை, உப்பிப் பருத்திருந்த வில்லன் தூரத்துக் கட்டடத்தில் மோதி வெகுதொலைவு பறந்து திரும்பித் தரையில் விழுந்து மோதி

உடல்சிதறி இறக்கின்றான். பெரும்புயல் வீசி ஓய்ந்ததுபோல் அமைதி உருவாகிறது. கட்டடங்களுக்கு உள்ளிருந்து வெளிவந்த மக்கள் பிரமித்து நாயகனை வணங்குகின்றார்கள். நாயகன் ஒருமுறை லேசாக எகிறி வானில் பறந்து 'சாவ்லின் மங்கு' மாஸ்டரைபோல் பணிந்து வணங்குகிறான். காற்றில் மிதந்தபடி, ஆம்! கால்கள் தரையில் ஊன்றாமல் சற்றே உயரத்தில் நிலைகொண்டு நாயகன் நிற்கிறான். காட்சி நிறைவுபெறுகிறது.

சீன மாயாவாதத்துடன் இணைத்து குங்ஃபூ கலையை மிகைப்படுத்தி, காட்சிப்படுத்தியதன்மூலம் காமிக்ஸ் ரசிகக் குழந்தைகளை ஈர்க்கும் சினிமாவாக கருதப்படுகிறது என்பதை, அப்படம் பலமுறை அதே அலைவரிசையில் ஒளிபரப்பப்பட்டதன்மூலம் அறிய முடிந்தது. அதற்குப் பின்னரும் அதேபோன்ற குங்ஃபூ கால்பந்து சீரியல்வகை படங்களையும் காணமுடிந்தது.

பின் எப்பொழுதோ ஒரு நாளில், திரைப்படங்கள் குறித்தான பத்திரிகை ஒன்றில் அதிரடி திரைப்பட இயக்குநரின் பேட்டியை வாசிக்கும் வாய்ப்புக் கிடைத்தது.

அவர் கூறிய கருத்துகளை இங்கே என் மொழியில் குறிப்பிடுகிறேன்.

"புருஸ்லீ, ஜாக்கிசான் போன்றோரின் திரைப்படங்கள் உலகத்தில் பெற்ற வெற்றிகளுக்குப் பின்னால் சீனா, கொரியா, ஜப்பான் நாடுகளிலிருந்து குங்ஃபூ சண்டைக் கலைகளை மேன்மைப் படுத்தி ஏராளமான திரைப்படங்கள் வெளிவந்துவிட்டன. சண்டைக் கலையின் அதி மேதமையுடைய நடிகர்களால் நடிக்கப்பட்டுத் தயாரிக்கப்பட்ட திரைப்படங்களின் எண்ணிக்கை பெருகிவிட்டது. குங்ஃபூ என்கிற தற்காப்புக் கலையின்மீதான நம்பகத்தன்மையை விஞ்சும்வகையில் அக்கலை குறித்தான மிகைப்படுத்தப்பட்ட அதிசாகசக் காட்சிகள் வெகுஜன மக்களை குறிப்பாக, இளைஞர்கள் மற்றும் யுவதிகளை கலையின்மீதான ஈர்ப்பினால் உந்தப்பட்டு தாங்களும் பயிற்சி செய்யவேண்டும், குங்ஃபூ கலையைப் பயின்று தன்னுடலை மேம்படுத்தி பெண்களையும் குழந்தைகளையும் காக்க வேண்டும் என்கின்ற மனோபாவத்திலிருந்து விலக்கி, அவர்களை வெற்றுப் பார்வையாளர்களாக மாற்றிவிட்டது. குங்ஃபூ கலைஊடாக தந்திரக்காட்சிகளைப் பார்த்து பிரமித்து காமிராவின் அற்புதங்கள் எனப் பேசி சிலாகித்து மறந்துபோகின்றவர்களாக மாற்றிவிட்டது.

வெல்லப்பட முடியாதவன் என்று உலகச் சண்டைக்கலை வல்லுநர்களால் ஒப்புக்கொள்ளப்பட்ட புருஸ்லீ என்ற சண்டைக்கலை மேதாவி நடித்த சீனத் திரைப்படங்கள்மூலம் இக் கலை உலகம் முழுவதும் பரவியது. அதை சீனாவின் வணிகத் திரைக்கலைஞர்கள் கெடுத்துவிட்டார்கள் என்கிற கோபம் எனக்கிருந்தது. (அதிரடி

சினிமாவின் இயக்குநர்) அவர்களைப் போன்றவர்களை முறியடிக்க வேண்டும். அதை சீனத் திரைக்கலைஞர்களே செய்யவேண்டும் என்று முடிவு செய்தேன். அதை எப்படிச் செய்வது என யோசித்தபோது, நான் கண்டுபிடித்த நாயகன்தான் அதிரடி சினிமாவின் நாயகன் சீன மாயவாதத்தையும், குங்ஃபூ கலைஞர்கள் குறித்து வரலாற்றில் பதிவுசெய்யப்பட்டிருந்த புனைவு இலக்கிய நாயகர்களையும் நான் சமகாலத்திற்குக் கொண்டு வந்து காட்சிப்படுத்தினேன். திரைப்படத்தின் முதல்காட்சிகயைப் பார்த்தவர்கள் என்னைப் பார்த்துச் சிரித்தார்கள். புனைவின் உச்சம் என்றும் பாராட்டினார்கள். திரைப்படம் வசூலில் தோல்வியடையும் என்றார்கள். எல்லாவற்றையும் அனுமானித்துக் கொண்டு சீனத் திரைப்படங்களின்மீதான என் வெறுப்பு காட்சிப் படுத்தப்பட்டுவிட்டது. சீனத் திரைக்கலைஞர்கள் உருவாக்கிய மிகை சினிமாவின்மீதான வெறுப்பாக இது பரவட்டும். இதற்காக என் வாழ்வைப் பணயம் வைத்துவிட்டேன் என்று அமைதியடைந்தேன். ஆனால் மிகையின் மிகைப்புனைவு என்று வர்ணிக்கப்பட்டு இத்திரைப்படம் திரும்பத் திரும்ப பார்க்கப்பட்டது. குறிப்பாக, குழந்தைகளின் பார்வையில் நாயகர்கள் எப்பொழுதும் அதிமனிதர்கள் (சூப்பர் மேன்கள்)தான். ஏனென்றால் குழந்தைகளுக்குக் காரண காரிய விதி (லாஜிக்) தெரியாது. அதுதான் இத்திரைப்படத்தின் வெற்றி. வெறுப்பில் பிறந்த கலை... என்பதாக அப்பேட்டியை அவர் முடித்திருந்தார்.

துப்பாக்கி முனைகளால் டூமில் டூமில் என உலகை அதிரவைத்துக் கொண்டிருந்த அமெரிக்க சினிமாக்களின் வசூலை, ஒல்லியான தேகமும் மின்னல் வேகமுமாக இயங்கும் சீனக் கதாநாயகர்களின் சினிமாக்கள் வசூலித்துக் காட்டின.

1977களில், தமிழகத்தின் மூலைமுடுக்கெல்லாம் திரையிடப்பட்ட 'மூன்று எம்.ஜி.ஆர். வீரர்கள்' (Fantastic 3 Supermen) படத்தைப் பார்த்தபிறகு ஆக, மிக அதிகமாக அமெரிக்க அல்லது இந்தியாவுக்கு அப்பாலுள்ள அந்நிய மொழி சினிமாக்களையே அதிகம் பார்ப்பவன் என்றமுறையில் 'அதிரடி' திரைப்படத்திற்குப் பின்னர் குறிப்பாக குங்ஃபூ கலைகுறித்த திரைப்படங்களில் மிக அதிக மாற்றங்களை என்னால் கண்டுணர முடிந்தது. உதாரணமாக, டோனிஜா நடித்த திரைப்படங்களைப் பார்த்து உணரலாம். மிகைக் காட்சிகள் குறைந்து கணினிமூலமான மிகைபுனைவு இயக்கக் கலைப்படைப்புகள் குறைந்திருப்பதைக் காணமுடிகிறது. மேற்கண்ட அவதானிப்பிற்குப் பின், நான் தமிழ்த் திரைப்படங்களைப் பற்றி யோசித்தேன்.

தமிழ் சினிமாக்களில் சண்டைக் காட்சிகளைப் படமாக்கும்போது, நாயகர் களை கயிற்றிலும் கண்ணுக்குத் தெரியாத கம்பிகளிலும் கட்டித் தூக்கி சுற்றிச் சுழற்றி வீசியடித்து உதைத்தது ஒரு பக்கத்தை நோக்கி இருக்க, எகிறிப் பறந்து, டிரான்ஸ்ஃபார்மர்களையும், கார்களையும், லாரிகளையும், ரயில்களையும் மோதித் தகர்த்துக் கொண்டு உதை வந்த திசையிலேயே விழுந்து எழுந்து சண்டை செய்யும் சினிமாக்கள் எப்பொழுது வந்தது? என்ற கேள்வி எனக்குள் எழுந்தது.

மாநிலத்தினுள் சாதி ஆதிக்கவாதிகளால் ஒடுக்கப்பட்ட சாதியின் இளைஞர்கள் நடுத்தெருக்களில் வெட்டப்படுகிறார்கள். பெரிய மத பயங்கரவாதப் பாசிஸ்டுகள் சிறுபான்மை மதத்தினரின் வீடுகளை எரித்துப் பெண்களை மானபங்கப்படுத்தி உறுப்புகளைச் சிதைத்துக் கொன்று கொண்டிருக்கிறார்கள்.

அரசியல் அதிகாரத்தைக் கைப்பற்றவும் பெரும் பணக்காரர்களின் பாதுகாப்பிற்காகவும் போட்டியாளர்கள் எனக் கருதப்படுபவர்களுக்குள்ளான மோதல்களில் நீதி மன்ற வளாகங்களிலும், காவல்துறையின் கண்காணிப்பு எல்லைகளுக்குள்ளும் நடுத்தெருக்களிலும் வைத்து வெட்டிக் கொலைகள் நடந்துகொண்டிருக்கிறது. நாட்டு வெடிகளும், கையெறி குண்டுகளும் நடு ஊருக்குள் வீசப்படுகிறது.

முகம் தெரியாத கொலைவெறிக் களவாணிகள் வீடுகளுக்குள் புகுந்து தனித்துவிடப்பட்ட கிழவன், கிழவிகளை கழுத்தறுத்துக் கொண்டு இருக்கிறார்கள். அரசு அதிகாரமோ, ஆயுதம் பறிக்கப்பட்டுவிட்ட மக்களைத் தடியால் அடிக்கிறது. தொலைநோக்கி இணைக்கப்பட்ட துப்பாக்கிகளாலும் தானியங்கித் துப்பாக்கிகளாலும் சுட்டுக் கொன்று கொண்டு இருக்கிறது. ஆனால் கடந்த நாற்பது ஆண்டுகாலமாக, தமிழ்மொழி பேசி வெளிவந்த சினிமாக்களில் நாயகனும் வில்லன்களும் கைவிடப்பட்ட கட்டடங்கள் குடோன்கள் மற்றும் தூர மறைவு மலைப்பிரதேசங்களுக்குள்தான் மோதிக் கொள்கிறார்கள்.

ஒரு பாடல் பாடி முடிப்பதற்குள் இருபதுபேரை கொன்று குவிப்பவர்களும் சூப்பைக் கைகால்களுடன் உள்ள நாயகன் அதாவது, எந்தவகையிலும் சண்டைக்கு பொருத்தப்பாடில்லாத உடல் அமைப்புகொண்ட நாயகன் பஸ், லாரியைத் தூக்குவது ஓடுதளத்தில் ஓடும் விமானத்தைக் கயிற்றில் கட்டி, காலில் அழுத்தி பிடிப்பது, ஓடும் ரயிலை இழுத்துப் பிடிப்பது (தெலுங்கு சினிமாக்கள் குறித்து இங்கு நான் எதையும் எழுதப்போவதில்லை) என்ற காரண காரியம் மற்றும் சாத்தியம் இல்லாத அல்லது நம்பமுடியாத கலைப்படைப்புகளை கணினி உதவியோடு படம்பிடித்துக் காட்சிப்படுத்தி மக்களை மகிழ்விப்பதாகக் கூறிக்கொண்டிருக்கிறார்கள். இப்படிப்பட்ட திரைப்படங்கள் எந்தக் காலத்திலிருந்து திரைப்படமாக்கப்பட்டது? ஏன்? அத்தகைய காட்சிகளை மக்கள் பார்த்துவிட்டு திரும்பத் திரும்பவும் அதுபோன்ற மிகைபுனைவுக் காட்சிகளைக் காணகூடினார்களே ஏன்? அதற்கான சமூக அகபுற காரணங்களை மனம் அலசியது.

இப்படியாக, என் நினைவில் இன்றும் தொடர்ந்து ஓடிக் கொண்டிருக்கும், திரும்பத் திரும்ப பார்க்கத் தூண்டும் திரைப்படக் காட்சிகளைக் கொண்ட குறிப்பாக, தமிழர்களின் போர்க்கலைகளை தமிழ்த் திரைப்படம் எந்தளவு பதிவுசெய்துள்ளது? என்ற கேள்வி இயல்பாகவே எழுந்தது. ஏனென்றால், புருஸ்லீ ஜாக்கிசான் ஜெட்லி, தற்சமயம் டோனிஜா (மிசெல்கான், சிந்திய ரோத்ராக், சிந்திய கான் பெண் குங்ஃபூ கலைஞர்கள்) போன்ற கலைஞர்கள் குங்ஃபூ கலைக்கும் சீனத் திரைக்கலைக்கும் செய்திருக்கும் பங்களிப்புக்குச் சமமாக தமிழ் சினிமாவில் மிகப்பெரும் பங்களிப்பு செய்த கலைஞராக எனக்குத்

தெரிவது, தமிழ்த்திரையுலகின் முடிசூடா மன்னன், மக்கள் திலகம், புரட்சி நடிகர் எம்.ஜி.ஆர். அவர்கள், மேலும் அவர் காலத்திலும் அவரது சிலபல சினிமாக்களிலும் சண்டையிடும் வீரர்களாக, வில்லன்களாகவும் நடித்த கலைஞர்களையும் நான் சண்டைக்கலை ரசிகன் என்றவகையில் கூடுதல் மதிப்புடனே காண்கிறேன். வாழ்க்கையில் பொதுமேடைகளில் சண்டைக் கலைஞர்களாக வாழ்ந்த வீரர்களைப் பற்றி இங்கு குறிப்பிடப்போவது இல்லை. என்பதையும், திரைக்கலையில் கலைஞர்கள் நடிகர் நடிகையர்களின் நடிப்புக் கலை வெளிப்பாட்டில் இயக்குநர்கள், நடனக்கலை ஆசான்கள், சண்டைக்காட்சி அமைப்பு வல்லுநர்கள் மற்றும் துறைசார் வல்லுநர்களின் மதிப்பைத் துளியும் மறைத்தோ, மறுத்தோ, எழுதப்போவதும் இல்லை.

திரைப்படங்களில், நாடக மேடைகளில் நடிக்கும் கலைஞர்கள் யாவருக்கும் மக்கள் மனதில் ரசிகனின் பார்வைமதிப்பில் இடம் கிடைத்துவிடுவதில்லை. யார் ஒருவர், தன் இயல்பான வாழ்வில் கலைஞர்களாக இருக்கிறார்களோ அவர்களே திரையிலும் இன்னபிற மேடைகளிலும் போற்றத்தக்க கலைஞர்களாக இருப்பதைக் காண்கிறோம். இதற்கு ஆயிரம் உதாரணங்கள் சொல்லலாம்.

கலை அக்கறைகொண்ட யாவரும் அறிந்த விஷயம். அதனால் அதை இங்கு விளக்கவேண்டியதில்லை. நம்பமுடியாத மிகை கலைப்புனைவு படைப்பாற்றலை வெளிப்படுத்த காலமும் சூழலும் (இடம்) முக்கிய காரணங்கள். சினிமா கலைத்தொழில் படைப்புக் கருவிகளில் ஏற்பட்டிருந்த மாற்றம் மற்றும் வளர்ச்சி மிக முக்கிய காரணமாகும்.

தொழில்நுட்ப வளர்ச்சி மட்டுமே கலை ஆகிவிட முடியாது. கலைப்படைப்பு வெளிப்படுத்தும் காட்சிப் படிமம், பார்வையாளனின் மனஇயல்போடு பொருந்திப் போகவேண்டும். ரசிக மனோ பாவத்துடன் பொருந்திப்போகாத எத்தனையோ சிறந்த காட்சிகள் திரைப்படங்களில் கண்டுகொள்ளப்படாமல் விடப்பட்டிருக்கிறது. அதற்குக் காரணம், மக்களின் மனநிலை அல்லது ரசிகக் கூட்டத்தின் எண்ண ஓட்டத்தோடு பொருந்திப் போயிருக்கவில்லை. அதனால் ரசிக மனோபாவத்தை தேடித் திருப்திப்படுத்த முயற்சித்துத் தாங்களாகவே கற்பனை செய்து இவை இவைதான் ரசிகர்களின் விருப்பம் என்பதாக முடிவுசெய்து, மிகைக் காட்சிகளையும் வலிந்து வலிந்து கட்டப்படும் நாயகக் கட்டமைப்பும் (கெத்து காட்டுவது) நாயகிகளின் ஆடை அவிழ்ப்பு குத்துப்பாட்டுமாக, திரைப்படம் நிறைக்கப்படுகிறது.

எடுத்துக்காட்டாக, இன்று சாலைகளிலோ, மதுபானக் கடைகளிலோ எதிர்பாராத சம்பவங்களின்போதோ ஏற்படும் திடீர் மோதல்களில் இளைஞர்களை (மட்டுமே) கவனியுங்கள்.

ஒரு நபர், தனக்கு ஒரு பிரச்சனை என்றால் பொறுமையாக நின்று நிதானித்து, பிரச்சனை உண்டான காரணத்தை ஆய்வுசெய்து தீர்வைத் தேடாமல், சம்பவம் நடந்தவுடனே போனை எடுப்பதும், நண்பா, மச்சி. டிஎஸ்பி, ஜட்ஜ் மாமா, கவுன்சிலர், சட்டமன்ற உறுப்பினர்களின் உதவியாளர்களையோ, உள்ளூர் தாதாக்கள் அல்லது காவல்துறையினரின் அடியாட்களையோ அழைப்பதும் சாதிக்காரர்களை, கட்சிக்காரர்களைத் திரட்டுதலையும் இயல்பாகக் காண முடிகிறது.

இன்றைய இளைஞர்கள், யுவதிகள் ஏன், வயதுமுதிர்ந்த பெரியவர்கள் அறிவுஜீவிகள் எனப் பறைசாற்றிக் கொள்பவர்கள் நூற்றில் தொண்ணூறுக்கும் அதிகமானோர் கூட்டம் சேர்ப்பவர்களாகவும், கூட்டுத் தாக்குதல்களின்மீது மட்டுமே நம்பிக்கை கொண்டவர்களாகவும் இருப்பதைக் காணமுடியும்.

சமூகத்தில் தனிமனிதனின் தார்மீகத்தன்மைகளும், சத்திய வேட்கையும் மறுக்கப்பட்டிருப்பதின் பரிபூரண அடையாளம்தான் கூட்டம் சேர்த்துக்கொள்வதும் பெரும்கூட்டம் மட்டுமே வென்று கொண்டு இருக்கும் மோசமான சூழலையும் காணமுடிகிறது. இதன் பிரதிபலிப்புதான் சினிமாவிலும் காணமுடிகிறது. அல்லது இருநூறு பேரைக் கொல்கின்ற அதிவீரபராக்கிரம நாயகனைப் படைக்கத் துணிகிறது. தன்னுடைய இயலாமையை நாயக பிம்பத்தில் மூழ்குவதன்மூலம் ரசிக மனம் நிறைவடைகிறது.

அடிமைப்பட்டுக் கிடந்த சமூகத்தின் ஆன்மவிழிப்புதான் விடுதலைக் குரலாக மலர்ந்தது. சுதந்திர சுயராச்சிய அரசியலில் புராதன

தொன்மையான மனித அறம் அல்லது வாழும் முறைமையின்மீது நம்பிக்கை கொண்டு தாய்மொழி மற்றும் நிலத்தின்மீதான பற்றும் இயற்கையை வணங்கி மதித்ததோடு மட்டும் அல்லாமல் தன்மீது மட்டுமே நம்பிக்கைகொண்ட ஆண் மற்றும் பெண்கள் நிறைந்துவாழ்ந்த காலம்தான், எம்.ஜி.ஆர். திரைப்படங்கள் வெற்றி கொண்ட அல்லது வசூலில் சாதனைபுரிந்த காலம் ஆகும்.

அன்றைய நாட்களில் ஒரு நபரை பெரும்பாலும் ஆண்களை மட்டுமே குறிப்பிடுகிறோம். பெண்களை, கணவரும் தந்தையரும் மட்டுமே கண்டிக்கிற, கை நீட்டி அடிக்கிற உரிமை இருந்ததாக நம்பிக் கொண்டிருந்த சூழல் அதனால் பெண்களை நாம் இதில் சேர்த்துக் குழப்பிக்கொள்ள வேண்டியது இல்லை.

ஒருவனை இருவரோ, பலரோ சேர்ந்து அடிப்பது கேவல மானதாகக் கருதப்பட்டது. கையில் ஆயுதம் வைத்திருக்காத ஒருவனை மற்றொருவன் ஆயுதம்கொண்டு தாக்குவது கோழைத்தனமானதாகவும் பெரும்பாலும் வில்லன்கள் அல்லது கெட்டவர்கள் மட்டுமே செயல்படுகிற ஒரு முறையாகவும் இருந்தது. மாற்றுத்திறனாளிகளைத் தாக்குவது கொடுஞ்செயல்களில் ஒன்றாகக் கருதப்பட்டது. பெண்களை அடித்துத் துன்புறுத்தி அடக்கிக் கெடுத்தவன் அல்லது கொன்றவனை மனிதர்கள் மன்னித்தாலும் இயற்கை அல்லது கடவுள் மன்னிப்பதில்லை எனும்வகையிலேயே காட்சிகள் கட்டமைக்கப்பட்டன. காரணம் சமூகத்தின் மனநிலை அவ்வாறாகவே இருந்தது.

பொதுவாக, இவ்வகைக் காட்சிகள் அனைத்து நாயகர்களைக் கொண்டும் காட்சிப்படுத்தப்பட்டது. ஆனால் அக்காட்சிகளை சிறப்பாகவும், நயம்பட நடித்ததும் குறிப்பாக தமிழர்களின் போர்க்கலைகள், சண்டைக்கலைகள் ஆகியவற்றிற்கான ஒரு திரைப்பட சாட்சியாக எம்.ஜி.ஆர். திரைப்படக் காட்சிகள் மட்டுமே உள்ளன. எம்.ஜி.ஆர். மொத்தம் நூற்றி இருபதிற்கும் மேற்பட்ட திரைப்படங்களில் நாயகனாக நடித்துள்ளார். அதில் நாம் சண்டைக் காட்சிகளில் அல்லது போர்க்கலையில் பயன்படுத்தியுள்ள ஆயுதங்களின் வகைபிரித்துத் தேர்ந்தெடுத்து இருபது சினிமாக்களில் வரும் சண்டைக் காட்சியின் நுட்பத்தை மட்டுமே ரசிக்கப் படைக்கவிருக்கிறோம்.

அவர் நடித்த மொத்த திரைப்படங்களில் ஒன்றில்கூட ஆயுதமற்ற எதிரியை ஆயுதத்துடன் எதிர்கொண்டது இல்லை. எந்த எதிரியையும் அவர் பின்புறமிருந்து மறைந்து தாக்கி வீழ்த்தியதும் இல்லை. பெண்களை 'வாடி', 'போடி' என்று விளித்தது இல்லை. எதிரி ஆயதத்தை இழந்துவிட்டால் தன்னுடைய ஆயுதத்தை விட்டெறிந்துவிட்டும் அல்லது எதிரிக்கு ஒரு ஆயுதத்தைக் கொடுத்து சண்டை செய்யும் தமிழ்மரபுப் போர் அறத்திற்குச் சான்றுபகர்ந்த திரைப்படங்கள் ஏராளம்.

அவரது இயக்கத்தில் உருவான, அவரது சொந்தத் திரைப்படத்தில் மங்கம்மாவின் கணவராக வரும் எம்.ஜி.ஆர். எதிரியுடன் நேருக்குநேர் மோதுவது என முடிவுசெய்வார். எதிரியோ ஒற்றைக் காலன். தோளுக்கடியில் அக்குளில் பதிந்து தாங்கும் கட்டைகளின் (இரட்டை ஊன்றுகோல்) உதவியுடன் நடப்பவன். அவனது அறைகூவலை ஏற்று எம்.ஜி.ஆர். கூர்ஈட்டிகளுக்கு நேர்மேலாகக் கட்டப்பட்ட அகண்ட வலையின்மேல் நின்றுகொண்டு சண்டை செய்யவேண்டும்.

எதிரி துணிந்து (அசோகன்) ஒற்றைக்காலுடன் கையில் ஏந்திய வாளுடன் கொக்கரிப்பான். அவனை அமைதியாகக் கண்ணுற்ற எம்.ஜி.ஆர். தனது கால்களில் ஒரு காலை மடக்கி கணுக்காலைத் தொடையுடன் சேர்த்துக் கட்டிக்கொண்டு தானும் ஒற்றைக்காலில் சண்டையிடுவார். பால்ய பருவத்தில் மட்டும் அல்ல, இன்றும்கூட காட்சியமைப்பின் வசீகரத்தில் மனம் மூழ்குகிறது. அது எம்.ஜி.ஆர். அசோகன் மாபெரும் சண்டைக் கலைஞர்கள் ஆகியோர் கடும் முயற்சி எடுத்துக் கொண்டு நடித்த காட்சி என்பதினால் மட்டுமல்ல; தலைமைப் பண்பு எதிரிக்கும் வாய்ப்பளிக்கும் தமிழனின் அறம்சுமந்த வீரம்! (பத்தாயிரத்திற்கும் மேற்பட்ட ஆயுதம் ஏந்தாத பொதுமக்கள் கூடி நிற்கும் இடத்தில் (1minute / 1000) தானியங்கித் துப்பாக்கியில் சுடும் அரசு அதிகாரிகள் வாழும் சூழலில் வீரமறத் தமிழனின் அறப் பண்பிற்கான திரைப்பட சாட்சி 'அடிமைப்பெண்' படத்தில் வரும் அந்த சண்டைக் காட்சி!)

இவர்கள் இருவரும் ஏராளமான திரைப்படங்களில் இணைந்து நடித்துள்ளனர். அதில் 'பெரிய இடத்துப்பெண்.' என்ற திரைப்படத்தில்,

கோயில் திருவிழாவில் நடக்கும் இரட்டைக்கம்பு (ஆஃப் ஸ்டிக்) மூன்றடி மட்டுமே கொண்ட கம்புகளைக் கொண்டு செய்யும் சண்டைக்காட்சி அடிவரிசை தப்பாமல் முறைமாற்றித் தப்பாட்டம் ஆடாமல் நடக்கும் மிக நேர்த்தியான போட்டிச் சண்டைக்காட்சி ஆகும். காட்சியில் எம்.ஜி.ஆர். வஞ்சகமாகத் தோற்கடிக்கப்படுகிறார். ஆனால் காட்சிப்படி முறைமாறாமல் தாக்கும் சண்டையிடுபவர்களின் வேகம், பலம் மற்றும் தாங்குதிறனை மட்டுமே நம்பி நடத்தப்படும் இன்றைய ஒலிம்பிக் விதிமுறைகளுக்கு சமமானமுறைமைகள்கொண்ட சண்டைப் படலம் அது. காமிராமூலமான மிகைபுனைவுகள் எதற்கும் வாய்ப்பற்ற காலம். கலைஞர்களின் கலைத்திறனை மட்டுமே நம்பி காட்சிப் படுத்தப்பட்ட சினிமா அன்றைய மனிதர்கள் வஞ் சனையற்றவர்களாக இருந்தாலும் அதிகாரமும் ஆதிக்கமும் எப்பொழுதும் வஞ்சனை செய்யும் என்பதற்குச் சான்று 'பெரிய இடத்துப் பெண்' சண்டைக் காட்சி.

இரட்டைக்கம்பு அல்லது கைத்தடி என்று சொல்லப்படுகிற மூன்றடி நீளக் கம்பு அல்லாமல் ஐந்தடி அல்லது கம்பைப்பற்றியிருக்கும் மனிதனின் நெற்றி மட்டம் நீளம்கொண்ட இரட்டைக் கம்பை அவர், இரண்டு திரைப்படங்களில் பயன்படுத்தி காட்சிப் படுத்தியுள்ளார்.

'மருத நாட்டு இளவரசி' திரைப்படத்தில், சன்னமான தேகமும் நீண்ட தலைமுடியுடனும் வரும் நாயகன் எம்.ஜி.ஆர்., இரட்டைக் கம்பை சுழற்றி சண்டை செய்தது, மக்களின் தனிப்பட்ட பாராட்டுகளைப் பெற்றது. ஒவ்வொரு காட்சியின்போதும் அரங்கம் கைத்தட்டலில் அதிர்வதைக் கண்ணுற்றுதான், தன்னை ஒரு சிலம்பாட்டக் கலைஞன் என எம்.ஜி.ஆர். அடையாளம் கண்டுகொண்ட திரைப்படமாகக் கருதலாம்.

கம்பை, எம்.ஜி.ஆர். லாவகமாகச் சுழற்றினாலும் காமிரா இயக்கம் வெகு சாதாரணமாகவே இருக்கும் சிறுகூட்டத்திற்கு மத்தியில் மின்னல் எனச் சுழலும் எம்.ஜி.ஆரை படத்தில் தூரக்காட்சியில்தான் பதிவுசெய்திருப்பார்கள். சற்றே அலுப்பூட்டும் மிக நீண்ட படத்தில் அந்தச் சண்டைக் காட்சி கவனிக்கப்பட்டது. அதற்குப் பின்னர் அதுபோன்ற நீள் இரட்டைக்கம்பு சுழற்றும் வாய்ப்பு அவருக்கு அதிகம் கிடைக்கவில்லை.

'தாய்க்குப் பின் தாரம்' திரைப்படத்தில் உழவுக்காட்டில் எம்.ஜி.ஆர். ஆதரவுக் குழு, சாண்டோ சின்னப்பா தேவரை எதிர்த்தும் எம்.ஜி.ஆர். அவரது குழுவை எதிர்த்தும் நீள் அடிக்கம்பு. இரண்டு இஞ்ச் தடிமனான கம்புகொண்டு சண்டை செய்வார்கள். நீண்டநேரம் நடக்கும் இரண்டு குழுச் சண்டையும் தூரக் காட்சிமூலமாக ஒரேசமயத்தில் அகலத்திரையில் காட்டப்படும். அதனால் அரங்கில் தரையில் அமர்ந்திருக்கும் பார்வையாளனுக்கும் சண்டை நடந்துகொண்டிருக்கும் இடம் சுமார்

நூறு அடி தூரம் இருக்கும். ஒட்டுமொத்தமாக தொடர்ந்து நீண்டநேரம் நடக்கும் சண்டை ஒரே காட்சியாக பதிவுசெய்யப்பட்டிருக்கும். அண்மை மற்றும் நெருக்கமான காட்சிகள் என்று தொழில்நுட்ப வாய்ப்புகளற்ற சூழலில் பதிவுசெய்யப்பட்ட அக்காட்சி, நவதொழில்நுட்ப சினிமா யுகத்தில் காட்சிப்படுத்தப்பட்டிருந்தால் உலக சினிமாவிற்கான சந்தையை தமிழ் சினிமா பெற்றிருக்கும்.

இரண்டு குழுத் தலைவர்களும் எதிரணிகளை வீழ்த்திவிட்டு மூச்சுவாங்க நின்றபடி சண்டைக்களத்தைப் பார்வையிட, அடுத்து இருவரும் தனித்த நேரடி மோதலில் நடக்கும் சண்டை தமிழ்ச் சமூகத்தின் சண்டைக்கலைக்குச் சிறந்த எடுத்துக்காட்டு. காரணம், கன்னியரின் கைவளை உடையாமல் கையைப் பற்றும் லாவகத்துடன் கம்பைப் பற்றி சுழற்றும் எம்.ஜி.ஆர். எனும் சண்டைப் பயிற்சி பெற்ற கலைஞர், எதிர்த்து சண்டை செய்பவர் சாண்டோ பட்டம் பெற்ற பல்போர்க்கலைகளின் ஆசான் சின்னப்பா தேவர். இவர் மல்யுத்தம், குத்துவாள், கட்டாரி, மான்கொம்பு, அடிக்கம்பு, இரட்டைக்கம்பு, அரிவாள் வீச்சு, இத்தாலிய அல்லது பிரித்தானிய நீள்குத்துவாள், கேடயத்துடன் செய்யும் வாள்சண்டை என கோவையில் போர்க்கலை மற்றும் உடற்கலை பயிற்சிக்கூடம் வைத்து நடத்திக்கொண்டிருந்தவர். அதில் பயிற்சி பெற்ற கலைஞர்களில் ஒருவர் எம்.ஜி.ஆர். தேவரின் தயாரிப்பில் எம்.ஜி.ஆர். நடித்த ஏராளமான படங்களில் ஏதாவதொரு வகையில் கம்புச் சண்டை இடம்பெற்றிருக்கும். அவர்கள் எந்தக் கலையைத் தங்களது வாழ்வியல்பாகவே பயின்றார்களோ அவற்றை காட்சிப்படுத்தும்போது வென்றார்கள், ரசிக மனங்களை!

‘மாட்டுக்கார வேலன்’ திரைப்படம், பட்டிக்காடு பட்டணமாக மாறிவரும் சூழலில், பண்பாட்டைப் பாதுகாக்க அன்றைய படைப்பாளரின் முயற்சியாக வெளிவந்த சினிமா.

மாட்டுக்கார வேலனாகவும், வழக்கறிஞராகவும் இரட்டை வேடத்தில் நடித்த எம்.ஜி.ஆர். மாட்டுக்குக் கட்டும் பித்தளை சலங்கைகள் கோர்த்திருக்கும் எடைமிக்க பெல்டை லாவகமாகச் சுழற்றிச் சண்டை செய்வார். எடைக்குறைவான சன்னமான பொருளைச் சுழற்றுவது சுலபம். ஆனால் எடைமிக்க பொருள்களைச் சுழற்றுவதில் மிகுந்த களைப்பும் கணநேரம் தவறிழைத்தாலும் சுழற்றுபவருக்கு படுமோசமான அடியும் விழும்.

சமகால சினிமாக்களை மனதில்கொண்டு இக்கட்டுரையை எழுதிக்கொண்டிருக்கும் என்னை யாரும் அப்பாவியாக கருத வேண்டாம். நான் குறிப்பிடுகிற படங்களும் அந்தக் காலமும் தொழில்நுட்ப வசதியில் குறைந்த அளவில்தான் இருந்தது. திறமை மிக்க திரைப்படக் கலைஞர்கள் பார்த்தால் அது எவ்வளவு தத்ரூபக் காட்சிகள் என்பது புரியும்.

அதே திரைப்படத்தில், இறுதிக் காட்சியில் முக்கால் இஞ்ச் (ஒயரிங்குக்குப் பயன்படும்) இரும்புக் குழாய்களைப் பயன்படுத்தி மின்னல்வேக சண்டைக் காட்சி கம்புக்குப் பதிலாக நகர்ப்புறத்தில் கிடைப்பதை ஆயுதமாக்கும் போர்க்கலைஞனின் காட்சி, காமிரா சற்றே உயரத்தில் இருந்து கையாளப்பட்டிருக்கும். ஓரே நபர் ஐந்து ஆறு நபர்களுடன் சண்டைசெய்யும் தருணங்களில் மட்டுமே இரட்டைக் கம்பு சுழற்றுகின்ற காட்சி அமைக்கப்பட்டிருக்கும். சண்டையின் துவக்கத்தில் எதிரிகளிடமிருந்து நீள்குழாய்களைப் பறித்துக்கொண்டு எதிரிகளை நெருங்கவிடாமல் சுழற்றுவார். நெற்றி மட்டம் உயரம்கொண்ட இரட்டைக் கம்புகளை ஒற்றை மனிதனுக்கு எதிராகப் பயன்படுத்துவது மற்றும் இலக்கை மையப் படுத்திக் தாக்குவது சிரமம். மேலும் சண்டையை முடிவுக்குக் கொண்டுவர எதிரிகளை வீழ்த்தவேண்டும். தாக்குவதற்கு ஏதுவாக அதன் நீளத்தைக் குறைத்து எதிரிகளை மூர்க்கமாகத் தாக்கி வீழ்த்துவார். காட்சியில் அவர் எப்பொழுது கம்புகளை மாற்றிக் கொண்டார். நீளம்குறைந்த உலோகக் கம்பு எப்படி அவர் கைகளுக்கு கிடைத்தது? என்பது குறித்த கேள்விகளுக்குப் பதில் இல்லை. ஆனால், கூட்டுத் தாக்குதலை எதிர்கொள்ள நீள் இரட்டைக்கம்பும், பயங்கர ஆயுதங்களுடன் தனித்தனியாக வந்து தாக்குபவர்களை வீழ்த்த நீளம் குறைந்த, கைக்கு அடக்கமான, எடைகுறைந்த ஆயுதமே பயன்படும் என்பதற்கு அருமையான சாட்சி, அக்காட்சி! நீள்இரட்டைக் கம்புகளில் ஒன்றை கீழே எறிந்துவிட்டு, ஒரு கம்பில் சண்டையைத் தொடர்ந்து எதிரிகளை வீழ்த்தியிருக்கலாம். என்டர் தி டிராகனில், லீ ஆஃப் ஸ்டிக்கை

பயன்படுத்தும் வேகம் மற்றும் லாவகத்துக்குச் சமம் இக்காட்சி, இந்த இரண்டு படங்கள்தவிர வேறு எந்தத் திரைப்படத்திலும் எம்.ஜி.ஆர். நீள் இரட்டைக்கம்பு சுழற்றி சண்டை செய்தது கிடையாது.

'விவசாயி' திரைப்படத்தில் மூன்று இஞ்ச் தடிமனான மூங்கில் கழிகொண்டு எம்.ஜி.ஆரும் நம்பியாரும் சண்டை செய்வார்கள். எடை அதிகமான ஆயுதமாதலால் வேகம் குறைவாகத் தெரியும். ஆனால், ஆயுதத்தின் எடை அளவு அதிகமாக இருக்கும்பட்சத்தில் உண்மையில் பயிற்சி அற்றவர்கள் ஒருபோதும் அப்படிப்பட்டவற்றை ஆயுதமாக்க முடியாது. இருவரும் அனாயசமாக சண்டை செய்வார்கள். கடுமையான மோதல் எனினும் வேகக் குறைபாடு காரணமாகவும் வெகுசன நம்பகத்தன்மையைத் தொடாததாலும் குறிப்பிட்டு பேசப்படவில்லை. இறுதிக் காட்சியில் வரும் பூச்சிக் கொல்லி மருந்து தாக்குதல் பிரசித்தி பெற்றது.

நவீன விவசாயத்தில் ரசாயன உரம் மனிதர்களுக்கும் உயிர்களுக்கும் விரோதமானது என்பதின் குறியீடு அக்காட்சி, 'உரிமைக்குரல்' திரைப்படத்தில் எதிரிகளால் சூழப்பட்டுவிட்ட வயலில், உழவு வேலை பார்த்துக் கொண்டிருந்த எம்.ஜி.ஆர். உடனடி ஆயுதமாக உழவுக்கான ஏர் கலப்பையைத் தூக்கிச் சுழற்றி எதிரிகளைப் பந்தாடுவார். நான்கு முதல் ஐந்து இஞ்ச் தடிமனான பதினைந்து முதல் இருபது அடி நீளமுள்ள எடைகொண்ட மரத்தைச் சுழற்றும்

மு.சந்திரகுமார் ❖ 39

தமிழரின் ஆதிப் போர்க்கலைதான் அது. இன்றும் அப்படிப்பட்ட எடைமிக்க கழியைச் சுழற்றும் வீரர்கள் இருக்கத்தான் செய்கிறார்கள். எம்.ஜி.ஆர். படம் மட்டுமே திரைப்பட சாட்சி!

அதே திரைப்படத்தில், தன்னைவிட நீளமுள்ள பிரம்பைச் சுழற்றுவார். பிரம்பு நீளமானது வளைந்து கொடுத்துத் தடையிலிருந்து விலகிச் செல்லக்கூடியது. எடை குறைவானது என்பதால் வெறும் கை மணிக்கட்டு ஒருமுறை தன்னைத்தானே சுழற்றிக்கொள்ளும் அதே கணத்தில், எட்டடி நீளமுள்ள முனைப்பகுதி ஒரு சுற்று வந்திருக்கும் என்பதில் அதன் வேகத்தைப் புரிந்துகொள்ளலாம். கயிறுபோல் சுருட்டி இடுப்புவாரில் கட்டித் தொங்கவிட்டுக் கொள்ளலாம்.

பிரம்பு செயல்படும் வேகத்தைக் கணிக்கும்போது, அது மனிதக் கூட்டத்தை எதிர்க்க கண்டுபிடிக்கப்பட்ட தமிழர்களின் ஆயுதமே அல்ல. அது காட்டில் வாழும் நாய்கள், செந்நாய்கள், நரிகள், கழுதைப்புலிகள் தனித்தோ, கால்நடைகளோடோ, மனிதர்க்ள் பயணம் செய்யும்போது கூட்டமாக வந்து தாக்கினாலும் ஒற்றை மனிதன் பிரம்பைச் சுழற்றுவதன்மூலம் அவற்றை ஒரேசமயத்தில் எதிர்கொண்டு புறந்தள்ளி தப்பித்துக்கொள்ள முடியும் என்று உறுதியாகக் கூறலாம்.

‘உரிமைக்குரல்’ சினிமாவில் எம்.ஜி.ஆர். குதிரை வண்டியில் வரும்போது கையில் அதைக் கொண்டு வருவார்.. வண்டியில் இருந்தபடியே இருபுறமும் பாயும் விலங்குகளையும் எதிரிகளையும் அதிவேகமாகச் சுழற்றியபடி தாக்கலாம். வண்டியில் பாய்ந்தோடும்போது தூரத்தில் இருந்து எறியப்படும் ஈட்டி, அம்பு போன்றவற்றில் இருந்தும் தன்னை தற்காத்துக்கொள்ள முடியும்.

என்னுடைய பால்ய பருவத்தில் பழனிமலை, மருதமலை, போன்ற இடங்களுக்கு நடந்து செல்லும்போது கையில் பிரம்பு மட்டும்தான் இருந்தது என்பதையும் நினைவூட்டுகிறேன். ஏறத்தாழ குறைந்தது ஒரு லட்சம் ஆண்டுகளாவது ஆதி தமிழினத்தின் கையில் இப்பிரம்பு சுழன்றிருக்க வேண்டும். அப்பன் முருகன் கையிலேயே பிரம்பு இருக்கிறது. அதனால்தான் அந்த நுட்ப சுழற்சிமுறை தமிழ்ப் போர்க்கலையாக இன்றும் உள்ளது. இதற்கு ‘உரிமைக்குரல்’ சினிமா மட்டுமே திரைப்படச் சான்று,

பொதிகைமலையில் இருந்தபடி ஆட்சி புரிந்தவனான வேடர் குலத்தலைவன் அப்பன் முருகன், தமிழில் திரைப்படங்களில் நாயகர்களாக நடித்த அனைவருமே ஏதோ ஒரு சமயங்களில் மான்கொம்பு என்கிற லட்சம் ஆண்டுகள் பழமையான ஏறத்தாழ உலோகமல்லாதது என்றவகையில் கற்கால ஆயுதங்களில் ஒன்றாக பாவிக்கக் கூடியது. இறந்துவிட்ட மான்கள் அல்லது காட்டில் உதிர்ந்துகிடக்கும் மான்கொம்புகளை மரக்கட்டையில் இணைத்துப் பயன்படுத்தும் ஆயுதம்.

'உழைக்கும் கரங்கள்' திரைப்படத்திற்கு முன்பாகவே ஏராளமான படங்களில் எம்.ஜி.ஆர். சும்பு சுழற்றியிருந்தாலும் இந்தப் படத்தில் வரும் கம்பு சுழற்றும் காட்சிகள் இன்றளவிலும் புகழ்பெற்றது. எம்.ஜி.ஆரின் வயது கூடுதலானதும் வேகம் குறையாதது மட்டுமல்ல.

இத்திரைப்படத்தில்தான் கம்பு சுழற்றும்போது அது காற்றில் உண்டாக்கும் அதிர்வலைகளின் சப்தமான வ்வ்வு... வ்வ்வு... என்ற சப்தம், அதன் சுழற்சி வேகத்திற்கேற்ப பதிவு செய்யப்பட்டிருக்கும். கம்பு சுழற்றுவதற்கும் மான்கொம்பு பயன்படுத்துவதற்கும் அடிப்படையில் வேறுபாடு உண்டு. கம்பு சுழற்றுவது தாக்கும்முறை. மான்கொம்பு தற்காப்பு நிலையில் இருந்து மட்டுமே பயன்படுத்த முடியும். ஆயுதம் இல்லாதவர்களை குத்திக் கொல்லமுடியும். ஆயுதம் கொண்டு தாக்குபவர்கள் என்றால் தற்காப்பு நிலையில் இருந்துதான் எதிர்த்துச் சண்டை செய்யமுடியும். காரணம், கைப்பிடியில் இருந்து முக்கால் அடி நீளம்தான் அதன் கூர்முனைக் கொம்பு ஆனால் இரண்டு பக்கமும் நீண்டிருக்கும். மொத்தமே இரண்டடிக்கும் குறைவான நீளம் மட்டுமே கொண்ட ஆயுதத்தில் உள்ளங் கைகளுக்குள் அரையடி நின்றுபோகும், முன்பின்னாக எதிரியின் கைநீளத்தோடு சேர்த்தால் ஏழு எட்டு அடி நீளத்திற்கு அப்பால் கையில் கம்புடன் எதிரி இருப்பான். அவனை நெருங்கித் தாக்குவது ஆபத்தில் முடியும். மேற்படி படத்தில், ஒரே சமயத்தில் இரண்டுபேர் நீள்கம்பு கொண்டு தாக்குவார்கள். கராத்தே கலையில் கைகளைக் கொண்டு தற்காத்துக்கொள்ளும் நான்குமுறைகளும் மான்கொம்பில் உண்டு. சிலம்பாட்டத்தில் வரும் முதல் நான்கு வீடு கட்டும் முறையையே திரும்பத் திரும்ப பயன்படுத்த வேண்டும். வாய்ப்புக் கிடைக்கும் தருணத்தில் கம்புகளுக்குள் படைவீச்சுமுறையில் சுழன்று உள்நுழைந்து அடிவயிறு, கழுத்து, மார்பு ஆகிய இடங்களில்

குத்திவிட்டுத் திரும்ப வேண்டும். படத்தில் ஒன்றிரண்டு காட்சிகளில் 'டூப்பு' (நகல்) எம்.ஜி.ஆருக்குப் பதிலி பயன்படுத்தப்பட்டிருப்பது தெரிகிறது. ஆடற்கலையில் வரும் ஜதி சுத்தத்திற்குச் சமமாக லாவகமாகக் காலடிவைக்கும் எம்.ஜி.ஆர். போன்ற கலைஞர்கள் இருக்கவேயில்லை என்று நினைக்கத் தோன்றுகிறது. ஆனாலும் ஒரு போர்க்கலையின் நுட்பத்தைச் சீர்குலைக்காமல் எதிரியை வீழ்த்தும் யுக்தியை மிகச் சரியாகப் பயன்படுத்தியிருக்கும் சினிமா இந்திய மொழிகளில் எந்த ஒரு மொழி சினிமாவிலும் பார்த்திராத அற்புத சண்டைக்கலை தமிழ் சினிமாவில் உழைக்கும் கரங்களில் மட்டுமே பார்க்க முடியும். சென்சாய் மாஸ்டர் ஆர்.வி.டி மணி போன்றவர்கள் வேறுபல படங்களில் மான்கொம்பை பயன்படுத்தியிருந்தும் சிறப்பாக காட்சிபடுத்தப்பட்ட சினிமா உழைக்கும் கரங்கள். சிறந்த கலைஞர் எம்.ஜி.ஆர். இங்கே இத்திரைப்படங்களின் சண்டைக்காட்சி அமைப்பு இயக்குநர்களை, ஆசான்களை மறந்துவிடவில்லை.

மேலும் உலோக யுகத்தில், இருபக்கமும் கூர்முனை கொண்ட ஆயுதம் பிறக்கவே இந்த ஆதி மான்கொம்பு ஆயுதமே அடையாளமாகப் பயன்படுத்தப்பட்டிருக்கும் வேட்டை தடை செய்யப்பட்டுவிட்ட தற்காலத்தில், காட்டிலிருந்து பழங்குடிகளால் பொறுக்கி எடுத்து விற்கப்படும் மான்கொம்புகள், வனஅதிகாரிகளால் கைப்பற்றப்பட்டு பழங்குடிகளை வஞ்சிக்கவும் பணம்படைத்த கலைஞர்களிடம் இருந்து பணம் பறிக்கவும் பயன்பட்டுவருகிறது. மேலும் நவீன பிளாஸ்டிக் மற்றும் ரப்பர் பொருட்களால் மான்கொம்பு வடிவத்தில் டை செய்யப்பட்டு இந்தத் தற்காப்பு ஆயுதம் தயாரிக்கப்பட்டுவிட்டது. தற்காப்புக்குப் பயன்படும். ஆனால் ஒருபோதும் தாக்கமுடியாது. முனை மழுங்கடிக்கப்பட்டுவிட்டது. தாக்கும் கம்பைத் தடுக்கும்போது 'சத்', 'சொத்' என்று சுரத்தில்லாமல் சத்தம் கேட்கிறது. நவயுகத்தில் ஆண்மை மழுங்கடிப்பின் அடையாளமோ என்று அதைத் தொடவே அஞ்சுவேன். கலைநயமற்ற கராத்தே மாஸ்டர்கள் நீள்குழாயில் Z போன்ற வடிவத்தில் தயாரித்து மாணவர்களுக்குப் பயிற்சி கொடுக்கின்றனர். ஆக, அழிந்துவரும் மான்கொம்பு ஆயுதத்தைப் பார்க்கவேண்டுமானால், எம்.ஜி.ஆர். நடித்த உழைக்கும் கரங்கள் படம்தான் பார்க்க வேண்டும்.

கடின ஆயுதத்தைப் பயன்படுத்துவதைப்போலவேத் தோளில் போட்டிருக்கும் ஈரிலைத் துண்டை ஆயுதமாக்கும் போர்க்கலை உலகம் முழுவதிலும் இருப்பதைப்போலவே தமிழினத்திலும் உண்டு.

எம்.ஜி.ஆருக்கு மேடம் ஜெயலலிதா ஜோடியாக நடித்த படம் கன்னித்தாய். திரைப்படங்களில் காதலன் காதலியை அல்லது நாயகன் நாயகியைச் சந்திக்கிற முதல் தருணம் ரசனைக்குரியதாக இருக்கும். பெரும்பாலும் மோதலில் ஆரம்பித்து இருவரும் தங்கள்

கன்னித்தாய்

இயல்புக்கு மாறாக அசட்டுப் பிசட்டு என்று உளறிக் கொட்டிவிட்டுப் பிரிவதும், தொடர்சந்திப்பில் காதலாக மாறுவதும் நாம் ஆயிரம்முறை பார்த்ததுதான். கன்னித்தாய் என்ற படத்தில் மேடம் தனியாக வந்து கொண்டிருப்பார். இரண்டு நாகரிகமற்ற இளைஞர்கள் அவரைச் சீண்டி கலாட்டா செய்வார்கள், கோபப்பட்ட மேடம் சிறு கம்பு எடுத்து மூர்க்கமாக அவர்களை எதிர்கொண்டு விரட்டி அடித்துவிட்டுத் திரும்புவார். எதிரில் கோட்டு சூட்டு அணிந்து கழுத்தில் நீள் கைக்குட்டை சுற்றியிருக்க, இயற்கையை ரசித்தபடி எம்.ஜி.ஆர். முகம் மலர நிற்பார்.

கோபத்துடன் இருந்த மேடம் "ஓ! நீயும் அவர்களில் ஒருவன்தானா?" என்று பல்லைக் கடித்தபடி, அருகிலிருந்த மரத்தில் இருந்து சன்னமும் நீளமுமான ஒரு கம்பைப் பறித்துத் தாறுமாறாக அடிப்பார். சட்டென்று சுதாரித்துக்கொள்ளும் எம்.ஜி.ஆர். கழுத்தில் சுற்றியிருக்கும் கைக்குட்டையை எடுத்து அதன் இருமுனைகளையும் இழுத்துப் பிடித்து வேகமாக விழுந்து கொண்டிருக்கும் கம்பைத் தடுத்து ஓரெட்டுப் பின்வாங்கி பின் வேகமாக முன்வந்து கைகுட்டைக்குள் விழுந்த கம்பினைச் சுற்றிக் கட்டி மேடத்தின் கைகளையும் கட்டிவிடுவார். பயந்துபோன மேடம் கட்டுப்பட்டவுடன் கைகுட்டையை எடுத்து முகத்தைத் துடைத்துக்கொண்டு இயல்பான கம்பிரத்துடன் விலகிச் செல்வார்.

மறுசந்திப்பில் மன்னிப்புக் கேட்கும் மேடம், அவர் கைக்குட்டையைப் பயன்படுத்திய விதத்தை வியந்து போற்றுவார். அப்பொழுது

மு.சந்திரகுமார் 43

எம்.ஜி.ஆர். கத்தரிக்கட்டு என்கிற கட்டுமுறையையும் கம்பைச் சுழற்றுகின்றமுறையையும் அதுவும் உட்கார்ந்தநிலையில் சொல்லிக் கொடுப்பார். இப்பொழுதும் பாருங்கள், எம்.ஜி.ஆர். கம்பு சுழற்றுகின்ற வேகத்தைக் கட்டுப்படுத்தி மிக எளிதாகப் பார்க்கிற யாரும் புரிந்துகொண்டு ஒன்றிரண்டுமுறை முயற்சி செய்தாலே கம்பைச் சுழற்றுகிற முறைமையை அடைந்துவிட முடியும்வகையில் நடித்திருப்பார். அடுத்த ஒன்றிரண்டு முயற்சியில், மேடம் முதல்சுற்றை நன்கு சுழற்றுவார். அப்படத்தின் இயக்குநருக்கும் எம்.ஜி.ஆருக்கும் நன்றி சொல்வதைத் தவிர்த்து வேறென்ன செய்ய... இக்காட்சியின் தனிச்சிறப்பு சண்டையில்லாத வேறு எந்த சமயங்களிலும் எம்.ஜி.ஆர். கம்பு சுழற்றுகிற காட்சி அவரது மொத்த திரைப்படங்கள் முழுவதிலும் எங்கும் காணக் கிடைக்காத காட்சி...!

உதாரணமாக சீன, அமெரிக்கப் படங்களின் நாயகர்கள், வில்லன்கள் மற்றும் துணைக் கலைஞர்கள் பயிற்சி செய்வதுபோல் அல்லது தனது திறமையை பரிசோதித்துக் கொள்கிற கலையைப் பயின்றுவிட்ட மேதமையை, உடல்வலிமையைப் பறைசாற்றுகிற தன்னம்பிக்கையை உறுதி செய்துகொள்கிற காட்சிகள் காணப்படும்.

ஆனால் எம்.ஜி.ஆர். திரைப்படங்களில் இந்த ஒரு காட்சி தவிர்த்து, எம்.ஜி.ஆர். தனியாகக் கம்பு சுழற்றுகிற காட்சி வேறு எந்த திரைப்படத்திலும் காண முடியாது.

அவரது உடல் வல்லமை வெளிப்படுத்தப்பட்ட காட்சிகள் மன்னாதி மன்னன், அடிமைப்பெண், படகோட்டி, நாடோடிமன்னன், அன்பே வா, காவல்காரன், பட்டிக்காட்டுப் பொன்னையா, ஆயிரத்தில் ஒருவன் போன்ற படங்களில் பார்க்க முடியும்.

'காவல்காரன்' படத்தில் வரும் ஒரு சண்டைக் காட்சியில், வீட்டின் பின்புறம் அமைக்கப்பட்டிருக்கும் "புல் அப்ஸ் பாரி"ல் ஆடித் தாவி எதிரிலிருக்கும் குழாயைப் பற்றி ஆடி, எதிரியை ஒரு உதை விடுவார்.

பட்டிக்காட்டுப் பொன்னையா படத்தில் "டபுள்பேரல் புல் அப்ஸ் பாரி"ல் பயிற்சி செய்வார். ஆனால் என்ன காமெடி என்றால், நல்ல மேலங்கி அணிந்து (டைட் ஷர்ட்) கால்சரா யினுள் உள்செருகப்பட்டிருக்கும். வெள்ளைநிற பிளாஸ்டிக் பெல்ட் அணிந்திருப்பார். காலில் கறுப்புநிற அலுவலகக் காலணிகள் (சப்பாத்துகள்)shoe அணிந்திருப்பார். தொண்ணூற்றியைந்து தொண்ணூற்றியாறு என்று நூறு வரையிலும் எண்ணி இறங்குவார். பல சினிமாக்களில் படுக்கையில் படுத்திருந்து எழுந்து வரும்போது கூட கால்சராயும் மேலங்கியும் (பேண்ட் ஷர்ட்) காலில் காலனி (சப்பாத்துகளும்)shoe அணிந்திருப்பார். இதற்கெல்லாம் காரணம்

நாயகனை எப்பொழுதும் அழகாகவே காட்ட வேண்டும் என்கிற மனோபாவம் அல்லது இயக்குநரின் குறைகள் என்று தள்ளிவிடலாம்.

'ஆயிரத்தில் ஒருவன்' படத்தில் எடைமிக்க மரம் வெட்டப்பட்டுச் சாயும்பொழுது, எப்பொழுதும்போல் கேனத்தனமாக நாயகி அடியில்விழுந்து விடுவார். அவர்மேல் சாயும் மரத்தைத் தடுக்கமுடியாமல் நாயகியின்மேல் குப்புற விழுந்து அந்த பிரமாண்டமான மரத்தை முதுகில் தாங்கிக்கொள்வார். கைகள் நிலத்தில் ஊன்றியிருக்கும். எம்.ஜி.ஆரின் உடல் நாயகியின்மீது பட்டு அழுந்தாது. கலைக்கு வரையறைகளும் நாகரிகமும் பேணப்பட்ட காலம். அது பெருநகரச் சாலைகளின் நான்கு முனைகள் சந்திக்கின்ற இடங்களில் அனைத்து வாகனங்களும் நின்றுகொண்டிருக்க நடுரோட்டில் நாயகியைப் படுக்கவைத்து நாயகன் மேலே படுத்தும் புரளும் காதலர்களைக் காட்சிப்படுத்தும் இயக்குநர்கள் அப்பொழுது இல்லைபோலும்.!

'நாடோடி மன்னன்' படத்தில் (நிலவறைச் சிறை) சங்கிலிகளால் கைகள் பிணைக்கப்பட்டிருக்க, தப்பித்துச் செல்ல தன் உடல் வல்லமையைப் பயன்படுத்தி தன்னை விடுவித்துக்கொள்ள முயற்சிப்பார்.

'அன்பே வா' திரைப்படத்தில், சுற்றுலா சென்ற இடத்தில் மேடையில் உடல் வல்லமையைப் பறைசாற்றும் மல்யுத்த வீரரின் சர்க்கஸ் நிகழ்ச்சி நடந்துகொண்டிருக்கும் சாகச காரரை எம்.ஜி.ஆரின் பணியாள் நாகேஷ் ஏளனம் செய்ய பளுதூக்கும் உலோக் கம்பி ஒரு இஞ்சு கனமும் ஏழடி நீளமும் கொண்டது. அதைத் தோளில் வைத்து மாலையைப்போல் வளைத்து நாகேஷின் கழுத்தில் மாட்டிவிடுவார்,

சண்டைக் கலைஞர் நெல்லூர் கந்தராவ். நகைச்சுவை நடிகர் மிகையாகக் கத்தவும் நாயகன் எம்.ஜி.ஆர். வளைந்த உலோகக் கம்பியை எதிர்ப்பக்கங்களில் விரித்து பணியாளை மீட்பார். ஏழடி நீளமும் ஒரு இஞ்ச் கனமும்கொண்ட இரும்பு உருளைக் கிராதியை கழுத்தில்வைத்து வளைத்துவிடவும் முடியும். அதன் இரு நீள்முனைகளையும் பற்றி அதன் எடையைக் கொண்டு நீட்டி விரித்துவிடவும் குறைந்தபட்ச பயிற்சியாளர்களால் முடியும்.

தமிழக கிராமங்களுக்கு வரும் பராம்பரிய உடற்கலை வல்லுநர்கள் ஊருக்குள்ளிருக்கும் ஒவ்வொரு வீடாகச் சென்று, ஒரு இன்ச் ஒன்னரை இன்ச் கனமுள்ள கடப்பாரைகள் மூன்றை வாங்கி வந்து மூன்றையும் ஒன்றின் குறுக்காக ஒன்றை நிலத்தில் ஊன்றி வீட்டிலுள்ள பெண்களுக்கு சடைபின்னுவதுபோல் முறுக்கிப் பின்னிவிடுபவர்கள் இருக்கிறார்கள். அந்த கடப்பாரைக் கிராதிகளும் ஐந்தடிக்கும்மேல் நீளம் இருக்கும். எடையைக் கணித்து நீளத்தை நெம்புகோலாக்கி தாங்குதிறனைப் பயன்படுத்திச் செயல்படுவது அதிசாகசம்தான். ஆனால் அதற்கு திரைச்சான்று ‘அன்பே வா’ சினிமா மட்டுமே காணக்கிடைக்கிறது.

நெல்லூர் காந்தராவ், ஆந்திராவின் புகழ்பெற்ற மல்யுத்த வீரர். குடியிருந்த கோயில் திரைப்படத்திலும் எம்.ஜி.ஆருடன் சண்டைக் காட்சியில் நடித்துள்ள இவரின் உடல் எடை சுமார் நூற்றிமுப்பது கிலோ வரையிலும் இருக்கும். மிக அனாயசமாக எம்.ஜி.ஆரைத்தூக்கி படுக்கையில் எறிவார். மேற்கண்ட திரைப்படத்தில்...!

தேர்ந்த மல்யுத்த வீரர் நெல்லூர் காந்தராவின் உடல்வனப்பை ‘காஞ்சித்தலைவன்’ படத்தில் முழுமையாகக் காணலாம். சினிமாவில் வாதாபியிலிருந்து வந்து தமிழக வீரர்களுடன் மல்யுத்தம் செய்ய பொதுமைதானத்தில் நின்று சவால்விடுவார் காந்தராவ். ஒன்றிரண்டு புகழ்பெற்ற (சினிமாவில்) வீரர்கள் களமிறங்குவார்கள் எளிதில் தோற்கடிக்கப்படுவார்கள். மன்னராக அமர்ந்திருக்கும் எம்.ஜி.ஆர். கூடப் (காஞ்சித் தலைவன் வரலாற்றில் நரசிம்ம பல்லவர்) பாராட்டுவார்.

ஆனால், வாதாபியிலிருந்து வந்த வீரன் காஞ்சியின் வீரத்தை தமிழினத்தைக் கேவலப்படுத்தித் தோற்றவர்கள் தன் கால்களுக்கிடையில் ஊர்ந்து செல்லவேண்டும் என்பான். காஞ்சி மக்கள் அவமானத்தால் தலைகுனிவார்கள். மன்னரின் ரத்தம் கொதிக்கும், சுற்றிலும் கண்கள் தேடும். வாதாபி வீரனுடன் மோத யாரும் இல்லை. ஒருகணம் மந்திரியின் முகத்தைப் பார்ப்பார். அவர் அவமானத்தால் தலைகுனிந்துகொள்வார். அடுத்த காட்சி...

தமிழின மறத்துக்கும், அறத்துக்கும் சமகால மக்களுக்கு உடனடிச் சான்று காட்ட எம்.ஜி.ஆர். திரைப்படம்தான் சான்று.

காஞ்சித் தலைவர் திரும்பிப் பணிப்பெண்ணை பார்ப்பார். பரந்த வட்டவடிவத் தங்கத் தட்டை அவர் நீட்டுவார். எழுந்து நின்ற காஞ்சித்தலைவர் முதலில் மணிமுடியைக் கிரீடத்தைக் கழற்றி அமைதியாகத் தட்டில்வைப்பார். மந்திரி பதறுவார். மைதானத்தில் மக்கள் வாய்மூடி மௌனி ஆவார்கள். இடுப்புக் கச்சையுடன் உடைவாளைக் கழற்றி தட்டில் வைப்பார். மேலங்கியை நீக்கிவிட்டு மார்பில் பளபளத்துத் தொங்கும் பதக்கத்தைக் கழற்றுவார். இன்றைய wwu வில் தோளில் அரையடி அகலத்தில் தொங்கவிட்டுக் கொண்டு வருகிறார்களே தங்கத்தகடுகளில் அலங்கரிக்கப்பட்ட இடுப்புக் கச்சை சாதனையாளருக்கான அடையாள விருது அப்படிப்பட்ட விருதுதான் காஞ்சித்தலைவன் தன் மார்பின்மீதிருந்து நீக்கிய பதக்கம் முன்னாள் வெற்றியையே கொண்டாடிக் கொண்டிருப்பது சாதனையாளனுக்கு அழகல்ல. மன்னனாகவும் இல்லாமல் பழைய சாதனையாளனாகவும் இல்லாமல் முழங்காலுக்குக்கீழ் கட்டியிருந்த பட்டுவேட்டியை இழுத்துத் தொடைவரை உயர்த்தி இறுக்கி லங்கோடுபோல கோவணம் கட்டிக்கொண்டு மிக நிதானமாகக் களத்தில் இறங்கி, வாதாபி வீரனின் முன்னால் நிற்பார். எம்.ஜி.ஆரின் உயரம் சராசரிதான் என்பது தெரியுமே! உடல்முழுதும் வழியும் எண்ணை பூசிக்கொண்டு கைகால்கள் விரைத்தபடி கருமருதுக் கட்டையில் செதுக்கிய சிலைபோல நிற்பார் நெல்லூர் காந்தராவ்.

எம்.ஜி.ஆரின் தேகம் அதீதப் பெரியது அல்ல. சின்னதும் அல்ல. உயரத்துக்கு ஏற்ற எடையை எப்பொழுதும் தக்கவைத்துக் கொள்கிற, எந்த ஒரு ஆயுதத்தையும் லாவகமாகப் பயன்படுத்துகிற

அதேசமயம் வேகம் மங்காத, இறுக்கமற்ற தளர்ந்திருப்பதுபோல் தோற்றமளிக்கிற நுட்பத்திறனுடன்கூடிய உடலமைப்பு. காட்சிப்படி எம்.ஜி.ஆர். வாதாபி வீரனுடைய உடலைப் பார்த்து பிரமிப்பார். (நீங்கள் பிரமிக்கவேண்டுமானால் நர்த்தனசாலா என்.டி.ஆர் நடித்த தெலுங்கு சினிமா காணுங்கள்)

துவக்கத்தில் மிக எளிதில் ஓரிருமுறை தூக்கி வீசி எறியப்படும் காஞ்சித்தலைவன் சிறிதுநேரத்தில் சமாளித்துக்கொண்டு எழுவதற்குள் எதிரியின் தாக்குதல்முறையைக் கற்று அதற்குத் தகுந்தமுறையில் முறையான பதிலடி கொடுப்பார். எதிரியின் வலுமிக்க பிடியில் சிக்கும் தலைவன் ஒருமுறை திணறி, எதிரியின் கழுத்தை இறுக்குவதுபோலப் பிடிப்பார். மல்யுத்த முறைப்படி கழுத்தை இறுக்கக்கூடாது. அங்கே நடுவர்கள் யாரும் இருக்கவில்லை. மன்னனுக்கு அதிலும் தன் இனத்தானுக்கு எதிராக எப்படிச் சொல்வது? இப்படி எல்லாம் நான் எழுதுவதற்குத்தான் நேரம் அதிகமாகத் தேவைப்படுகிறது. ஆனால், தான் தவறான இடத்தில் பிடிக்கிறோம் என்பதைத் தானே உணர்ந்து, பிடியை நழுவவிட்டுப் பின் மரணமுயற்சி செய்து எதிரியை வெல்வார் காஞ்சித்தலைவன்... காட்சியில் பிடிகள் பிடிப்பதும், விடுவித்துக்கொள்வதும், மின்னல் வேகத்தில் இருவரும் இயங்கி யிருப்பார்கள்.

எம்.ஜி.ஆரை பலமுறை தன் தோளில் சுமந்து தூக்கி எறிவார். காந்தராவ் எம்.ஜி.ஆரைவிட அத்திரைப்படத்தில் காந்தராவின் எடை, குறைந்தது இருபது கிலோ கூடுதலாக இருக்கும். காட்சியின் எந்த இடத்திலும் எம்.ஜி.ஆருக்கு டூப்பு(பதிலி) நடித்ததாகத் தெரியவில்லை. தேவையும் இருந்திருக்காது. மேலும் எம்.ஜி.ஆரின் (முழுவதும் அண்மைக் காட்சிகள்) மதிப்பு என்ன என்பதை காந்தராவ் புரிந்துகொண்டு எம்.ஜி.ஆரைப் பத்திரமாக பாதுகாப்பார் என்பது உறுதி செய்யப்பட்டிருக்கும்.

உலகத்தின் மகா சண்டைக்கலைஞர் என அனைவராலும் ஒத்துக்கொள்ளப்பட்ட புரூஸ்லீ, தன்னுடைய மாணவர்கள் தவிர்த்து வேறு யாருடனும் சினிமாவில் சண்டை செய்ய ஒப்புக்கொண்டதில்லை. ரிடர்ன் ஆப் டிராகன் திரைப்படத்தில் அமெரிக்கக் கராத்தே வீரர் சக் நாரீஸுடன் புருஸ்லீ மோதும் காட்சியைப் படமாக்கும் முன், தோற்றுப்போகும் வகையில் சக்நாரீஸ் நடிக்க மறுத்துவிட்டதாகத் தகவல்கள் உண்டு. ஏனென்றால் சக் நாரிஸ் அமெரிக்காவின் அங்கீகரிக்கப்பட்ட தேசிய கராத்தே வீரர்.

புரூஸ்லீயை அப்படி முறையான சண்டைக் கலைஞராக அமைப்பு ரீதியில் இயங்கிய தற்காப்புக்கலைப் பள்ளிகள் மற்றும் ஆசான்கள் அவரை ஆரம்பக்காலங்களில் அங்கீகரிக்க மறுத்துவிட்டனர். கைவிடப்பட்ட போர்க்கலைஞர் கராத்தே, குங்ஃபூ, குத்துச் சண்டை உள்ளிட்ட உலகின் மிகச் சிறந்த சண்டைக் கலைகளின் நுட்பங்களைத்

தேடிக் கண்டுபிடித்து அனுபவப் பயிற்சி பெற்று, அவராகத் தானே உருவாக்கிய ஜீட்கூன்டோவை அப்பொழுது உலகில் யாரும் அங்கீகரித்து இருக்கவில்லை.

புரூஸ்லீ எழுதிய கதையான 'ரிட்டர்ன் ஆப் தி டிராக'னின் இறுதிக் காட்சியை இருவரில் யார் வெல்கிறார்களோ அதற்கேற்ப படத்தின் முடிவை வைத்துக் கொள்ளலாம் என்கிற அளவில் வாக்குவாதங்கள் வளர்ந்ததாக அப்போதைய உலகின் மிகச்சிறந்த பத்திரிகைகள் எழுதின. இன்றும் திரைப்பட சண்டைக் காட்சிகளில் முதல் பத்துக் காட்சிகளுக்குள் நிற்கும் அப்படத்தில் இருவரும் மோதிய இறுதிக் காட்சி சக்நாரிஸ் லீயின் வேகத்திற்கு ஈடுகொடுக்க முடியாது எனத் தெரிந்தபின்னும் பின்வாங்காமல் போரிட்டு வீர மரணம் அடைகிறார். வென்ற லீ, இறந்துவிட்ட வீரனின் மேலங்கியை எடுத்து அவர்மீது போர்த்திவிட்டு மாவீரன் என கவுரவிக்கிறார். தோல்வியடைந்த வாதாபி வீரனை இழிவுசெய்யும் மக்களைக் கண்டித்து அவ்வீரனைத் தேற்றி அரவணைக்கிறார். வரலாற்றில் மாமல்லர் பட்டம் வென்ற காஞ்சித்தலைவன் ஆக நடித்த எம்.ஜி.ஆர்..

வாழ்க்கையை வாழ்வதற்கான தத்துவ மரபில், ஞானத் தேடலில் போர்க்கலைக்கு முக்கியத்துவமான இடம் இருக்கிறது. மரண அச்சத்தில் இருந்து விடுபடுதல் என்பது ஞானத்தை அடைவதற்கான பாதையில் முதல் படியில் கால் வைத்தல் ஆகும்.

ஜாக்கி சான், படப்பிடிப்பில் சண்டைக் காட்சிகளுக்கு முன்னதாக சக சண்டைக் கலைஞர்களுடன் இணைப்பயிற்சியில் ஈடுபடுகிறார்.

எம்.ஜி.ஆர். தன்னுடைய பரமவிசுவாசிகளுடன் மட்டுமே சண்டைக் காட்சிகளில் நடித்துள்ளார் என்பது அவரது திரைவாழ்வு சான்றுகூறும் மறுக்க முடியாத உண்மையாகும்.

தன்னிடத்தில் பயிற்சி பெற்ற மாணவர்களோடு மட்டுமே லீ சண்டை செய்து நடித்ததற்கான காரணமாக அவரே கூறியது. "என் மாணவர்களுக்கு என் இயக்க வேகம் தெரியும். என்எதிரில் நிற்கும் என் மாணவனின் உடல்பலம், வேகம், தற்காத்துக் கொள்ளும் திறன் ஆகியவைபற்றி எனக்குத் தெரியும். அதனால் தவறுதலுக்கு வாய்ப்பிருக்காது. என்னுடைய முழுவேகத்தில் நான் இயங்கும்போது தவறுகள் நேர்ந்தால் சககலைஞரைக் கொன்ற பழிக்கு ஆளாவேன். அதனால் நான் புதியவர்களோடு சண்டைக் காட்சிகளில் நடிப்பதில்லை" என்று சொன்னார். எம்.ஜி.ஆர். தனது விசுவாசிகளுடன் மட்டுமே சண்டைக் காட்சியில் நடித்ததற்குக் காரணம், அவர்கள் எம்.ஜி.ஆரை மன்னித்து ஏற்றுக் கொள்வார்கள் மேலும் எம்.ஜி.ஆருக்கு அடிபட்டுவிடாமல் உறுதியாகப் பாதுகாப்பார்கள் என்பதுதான்.

எம்.ஜி.ஆர். குறித்து பல்வேறுபட்ட விமர்சனங்கள் உண்டு. அதுகுறித்த உரையாடலுக்குள் உங்களை நான் அழைத்துச் செல்லப்போவதில்லை. ஆனால் சதாவும் வஞ்சிக்கப்பட்டு கைவிடப்பட்டு துரோகங்களுக்கு ஆளானவர் எம்.ஜி.ஆர். என்பதாக அவருடைய 'நான் ஏன் பிறந்தேன்?' நூலில் மேலெழுந்தவாரியாகக் கூறியிருப்பார். எவ்வளவுதான் குறைவாகவும் அமுக்கமாகவும் பாருடைய கௌரவத்திற்கும் இழுக்கு ஏற்பட்டுவிடக்கூடாது என்ற எண்ணத்தில் எழுதியிருந்தாலும் வரிகளுக்குள் மறைந்து கிடக்கும் உளவியலை மொழி சுமந்துவரும் என்பது எம்.ஜி.ஆருக்குத் தெரிந்திருக்காது அல்லது அந்த அளவிற்குள் வெளியில் சொன்னால்போதும் என்றுகூட அவர் நினைத்திருக்கலாம். காலம் இயல்பாக அனைத்துக் காயங்களையும் ஆற்றிவிடும். தடைகளைக் கடந்து உறுதியாகச் செயல்பட்டு தனது கடமைகளில் வெற்றியையும் அடைந்துகொண்டிருந்தால் காலத்தால் எதிரிகளின்மீதும் இரக்கம் ஏற்பட்டுவிடும். இப்படியும் இருக்கலாம். தனது எதிரிகளிடமிருந்து தப்பிக்க நண்பர்களை உருவாக்கினார். நட்பின் வெளிப்பாடாக விசுவாசத்தைக் கருதினார். அதனால் முழுக்க முழுக்க தனது பாதுகாப்பிற்காக விசுவாசிகளுடன் மட்டுமே சண்டைக் காட்சிகளில் நடித்திருக்கிறார்.

அவருடைய திரைப்படங்களில் வில்லன் நடிகர்கள் அல்லது அடியாட்களாக நடித்தவர்களில் பெரும்பான்மையோர் அவருடைய இல்லத்தில் தங்கியிருந்த அவரது மெய்க்காப்பாளர்கள்தான்!

அதில் எனக்குத் தெரிந்தளவில் குண்டுமணி மிக மூத்தவர். எம்.ஜி.ஆரின் நாடகக் கம்பெனியில் நடித்துக் கொண்டிருந்தவர். ஒருமுறை எம்.ஜி.ஆர். தனது நாடகக் கம்பெனிமூலம் 'இன்பக்

கனவு' என்ற நாடகத்தை சீர்காழியில் நடத்திக் கொண்டிருந்தார். அதில் வரும் சண்டைக்காட்சியில் எம்.ஜி.ஆர். தன்னுடன் மோதும் குண்டுமணியைத் தூக்கிக் கீழே போடவேண்டும். இது ஒவ்வொரு காட்சியிலும் நடித்துக் காட்டப்பட வேண்டும். அப்படி ஒருசமயம் சண்டைக் காட்சியில் நடித்துக்கொண்டிருந்தபோது, எம்.ஜி.ஆர். குண்டுமணியைத் தன் தோளில் தூக்கி வீச எத்தனிக்க ஏதோ ஒரு கணப்பொழுது தவறு... மரப்பலகைகளினால் அடித்துப் போடப்பட்டிருந்த மேடை இருவரது கனத்தையும் ஒருசேரத் தாள முடியாமல் அசைந்து கொடுத்திருக்கலாம். அடித்தளம் ஆடியதில் நிலைதவறித் தடுமாறியபடி, முதுகிலிருந்த குண்டுமணியைக் கீழே போடுவதற்கு முன்பாக எம்.ஜி.ஆரின் ஒருமுழுங்கால் மேடை தளத்தில் ஊன்றியதில் மூட்டு பிசகிவிட்டது. 'எம்.ஜி.ஆர். கால்முறிந்து விட்டது பத்திரிகைச் செய்தி அவ்வளவுதான்! எட்டு மாதங்கள் படுக்கை... எம்.ஜி.ஆர். காலம் முடிந்துவிட்டது என்பதாகச் செய்தி பரவியது. உண்மையில் அப்படி ஒரு சூழலே அவருக்கு உருவாகி இருக்கவில்லை. ஆனால், சினிமாவில் நடிப்பதற்காக எம்.ஜி.ஆருக்குக் கொடுத்திருந்த முன்பணத்தைக்கூட திரும்பப் பெற்றுக் கொண்டார்கள் என்கின்ற அளவில் நிலைமை படுமோசம்...

ஆனால், அந்தச் சூழ்நிலைகளிலும் உடனிருந்தவர் குண்டுமணி. தனது தலைவனின் மரணம் வரை உடனிருந்த விசுவாசி. மெய்க்காப்பாளன். அவரைப்போலவே தோற்றம்கொண்டிருந்த சற்றே உயரமான மொட்டைத்தலை குண்டன் 'பறக்கும் பாவை' படத்தில் சரோஜாதேவி பின்னால் மப்ளரை சுற்றிக் கொண்டுவந்து மிரட்டுவாரே! அவர்

பெயர் நடராஜன். எம்.ஜி.ஆரின் அரசியல் பிரசார லாரியிலும் முன்பக்கம் அமர்ந்திருப்பார். ராமகிருஷ்ணன் எம்.ஜி.ஆர். ஸ்டன்ட் குழுவைச் சேர்ந்தவர். கண்ணாடி வரதன், சிங். டி.எஸ்.ராஜா, சி.முத்து மகாலிங்கம், மாடக்குளம் தர்மலிங்கம், மாடக்குளம் அழகிரிசாமி. ஜெயமணி, சாகுல் டிரைவர்களாகவும் மற்றும் அவ்வப்பொழுது குழுச்சண்டைகளில் கலந்துகொண்ட கதிரேசன். மா.லட்சுமணன், சமூக சினிமாக்களில் ரவுடியாக நடித்துப் புகழ்பெற்ற ஜஸ்டின், லாங்வெயிட்டர் என அழைக்கப்படும் இவர், சுமார் ஐம்பது கிலோ எடையை அல்லது ஒரு சராசரி மனிதரை இடுப்பைப் பிடித்து தூக்கி தன்னுடைய இருகைகளும் முழங்கை வளையாமல் தோள்மட்டத்தில் தூக்கிப் பிடித்துவிடுவார். மல்யுத்தம், சிலம்பம் மற்றும் சென்னையில் புகழ்பெற்ற மெட்ராஸ் பாக்சிங் கலையில் தேர்ச்சிபெற்றவர்.

உண்மையில், தமிழ்த் திரைப்பட சண்டைக்காட்சிகளில் (இப்பொழுது அல்ல) மிக அதிகமாக மெட்ராஸ் பாக்ஸிங் சண்டையில் பயிற்சி பெற்றவர்களே இருப்பார்கள். அதனால் தமிழ் சினிமாவில் சண்டைக் காட்சியில் ஆயுதங்கள் இல்லாமல் சும்மா கும்கும் குத்துக்கள், குட்டிக் கரணங்கள், காரைத் தாண்டுதல், மாடியிலிருந்து குதித்தல், ஒரு குத்து வாங்கிக்கொண்டு சரியாக பேரலுக்குள் கவிழ்தல், கண்ணாடிகளை உடைத்துக் கொண்டு பாய்தல் மற்றும் கரங்கள், கால்கள், தலை மோதுதல் (மெட்ராஸ் டீச்சு சென்னை மொழி) என அனைத்தும் 'மெட்ராஸ் பாக்சிங்'தான், மேலும் கூறினால், மல்யுத்தம், ஜூடோ கலைகளில் உள்ள பிடித்தல், தடுத்தல், எதிராளியின் வேகத்தைப் பயன்படுத்தி எளிதாகக் கவிழ்த்தல் என்ற அனைத்திலும் தேர்ச்சி பெற்றிருக்க வேண்டும். ஜஸ்டின் எம்.ஜி.ஆருடன் மோதியே புகழ்பெற்றவர். 'என் அண்ணன்' திரைப்படத்தில் பேண்ட் பாக்கெட்டிலிருந்து எலுமிச்சம்பழம் எடுத்து நாயகனின் முகத்தில் கண்ணை குறிபார்த்து அடிப்பார். திணறிப் போவார் நாயகன்! 'ரிக்ஷாக்கார'னில் அமெரிக்க ஸ்பைக் கட்டிங்கில் வாயில் கத்தியுடன் வந்து மிரட்டுவார். 'ரகசிய போலீஸ் 115' காமெடி திரைப்படம் அல்ல. ஜேம்ஸ்பாண்ட் பாணி தமிழ் சினிமா, உளவுப்படை அதிகாரியாக வரும் எம்.ஜி.ஆர். அதிலும் அத்தை பெண்ணைத்தான் காதலிப்பார். இப்படத்தில் வரும் சண்டைக்காட்சிகள் முழுவதும் மெட்ராஸ் பாக்சிங் என்கிற கலைக்கு உதாரணம் சொல்லலாம்.

மல்யுத்தத்தில் வரும் அதிவேக தாக்குதல்களில் ஒன்று, எதிரியின் நேர்எதிரிலிருந்து ஓடிவந்து எகிறிக் குதித்து எதிரியின் நெஞ்சு மட்டத்தில் கால்களால் (கால்கத்திரிப் பிடி) இதில் பலமுறைகள் உண்டு) கவ்விப் பிடிக்க வேண்டும். அப்படியே பிடித்துவிட்டால் தாக்குபவரின் எடையைத் தாளாமல் தாக்கப்பட்டவர் முன்னோக்கி குனிவார் தாக்கியவர் முதுகும் தலையும் நிலத்தில் படுத்திருக்கும்.

கைகள் எதிரியின் கைகளைப் பிடித்திருக்கும். தனக்குமேல் விழும் உடலை கால்களால் இழுத்து வீசினால் எதிரியின் தலை நிலத்தில் மோதும் அல்லது அவர் தனது கைகளை ஊன்றி தற்காத்துக்கொள்ள முயற்சித்தாலும் மேலும் நான்கடி தூரம் போய்விழுவார். அதற்குள் தாக்கியவர் சுதாரித்துக் கொள்வார். இந்தக் கணக்கு போட்டு ஒருகணம் எதிரி முன்நின்று தன்னைத் தயார் செய்துகொண்டு எம்.ஜி.ஆர். எகிறிக் குதித்துப் பிடிப்பார். ஆனால் எதிராளியின் வலு அப்பொழுதுதான் தெரியும். அவர் ஜஸ்டின். ஒருதுளி குனிய மாட்டார். மேலும் நேராக நின்றபடி தலைகீழாகத் தொங்கும் எம்.ஜி.ஆரின் கைகளையும் பிடித்துக்கொண்டு சுழன்று வட்டம் போட்டபடி தாக்கியவரைத் தூக்கிச் சென்று தூணில் மோதுவார். அதனால்தான் லாங்வெயிட்டர்பட்டம்! அப்புறம் தப்பிப்பதற்காக நாயகன், எதிரியின் தலையைப் பிடித்துக்கொண்டு தனது கால்களை விலக்கிக்கொள்வார் பிடி போட்டது நாயகன் சிக்கிக்கொண்டதும் நாயகன் கால்கத்திரிப் பிடிக்குச் சான்று எம்.ஜி.ஆர். கால்களால் பிடிப்பது. அதை எளிதில் முறியடிக்கும் முறை தாங்குதிறன் என்பதன் அடையாளம் ஜஸ்டின் யாருக்கு நன்றி சொல்வது...

இதேபோல், 'என் அண்ணன்' திரைப்படத்தில் கத்திரிப்பிடியை ஜஸ்டினின் பின்புறமிருந்து பாய்ந்து கால்களால் கழுத்தை பிடித்துக்கொண்டு தலைகீழாகத் தூங்குவார் எம்.ஜி.ஆர்..

அவருடைய கணக்குப்படி, எதிரி ஜஸ்டின் தன் கழுத்து பின்புறமாக இழுக்கப்படுவதின்மூலம் எலும்பு உடைந்துபோகாமல் இருக்க அப்படியே மல்லாக்க விழவேண்டும். அப்படி விழும் பொது தொங்கிக்கொண்டு இருப்பவர் தன்னுடைய தலையை சற்றே உயர்த்தினாலே முதுகு நிலத்தில் படும். சற்றே ஒரு பக்கமாகத் திருகினால் முதலையின் தாடைகளுக்குள் சிக்குண்ட தசைக்கோலத்தை அறுத்துப் பிடுங்க முதலை, தன்னுடலை தானே சக்கரமாகச் சுழற்றுவதைப்போலச் சுழற்றினால் எதிரியின் கழுத்து எலும்பு உடையும். அப்படி உடையாமலிருக்க அவனும் தன்னுடலைத் திருப்பவேண்டும் சண்டைக்கலை அனுபவம் அற்றவர்கள் எதிர்ப்புறமாகத் திரும்பி தப்பிக்க நினைத்து கழுத்து முறிபட்டுப் போவார்கள். இப்படி கணித்துப் பிடிக்கப்பட்ட பிடியை ஜஸ்டின் சற்றே பின்புறம் வளைந்து தொடை பலத்தில் ஸ்திரமாக நின்று முகத்தின்முன் இருக்கும் கால்களைப் பற்றி கீழ்நோக்கி இழுத்து தொங்கிக் கொண்டிருப்பவரை மேலே இழுத்துவிடுவார். ஜஸ்டினின் தோளில் அமர்ந்திருக்கும் எம்.ஜி.ஆர். சட்டென்று பிடியை விலக்கி ஒரு தூணில் இறங்குவதைப்போல் தலைகீழாக அவனது தோள்களைக் கைகளால் கட்டிக்கொண்டு சரிந்து இறங்கி அப்படியே கத்திரிப்பிடியை மறுபடியும் கால்களால் கழுத்தில் பிடித்து முன் பக்கமாகத் தொங்குவார். ஜஸ்டின் குனிந்தால் எம்.ஜி.ஆரின் தாடை நிலத்தில் மோதும் கைகளை நிலத்தில் ஊன்றினால் கழுத்தில் பிடித்திருக்கும் பிடியின் இறுக்கம் தளரும். ஜஸ்டின் தன் உடல் எடையைக் கொண்டு அப்படியே அழுத்தினால் முன் தொங்குபவரின் முகம் அல்லது முதுகு உடையும். இக்கட்டான நிலை. எம்.ஜி.ஆரின் முழு உடல் எடையும் ஜஸ்டீனின் கழுத்தில் இடப்பட்ட மாலையைப்போல் பிடரியில் இறங்கியிருக்க அவரோ, நட்டுவைத்த மரம்போல் நின்று கொண்டிருப்பார் ஜஸ்டின். குனிந்தால் முகம் அடிபடாமல் இருக்க எம்.ஜி.ஆர். எதிரியின் தொடைகளில் கை ஊன்றித் தாவுவதற்கு தயாராய் தொங்கிக்கொண்டிருப்பார். மறுபடியும் 'என் அண்ணன்' படம் பார்த்துவிடுங்கள். திருமண வீட்டில் நடக்கும் இச்சண்டையில் கால் கத்திரிப்பிடிகளை எத்தனை வகைகளில் இருவரும் மாறிமாறிப் பயன்படுத்துகிறார்கள் என்பதைப் பார்த்து விடுங்கள். ஒருவரையொருவர் கழுத்தைப் பிடித்துக்கொண்டு திருகுவதில் முதுகுப்பகுதிகள் ஒட்டியிருக்க எம்.ஜி.ஆர். ஜஸ்டினைத் தூக்கி முன்புறமாக வீசும் அற்புதத்தைக் காணுங்கள். மனிதர்களை தாறுமாறாக அடிக்காமல் கிடுக்குப்பிடி போட்டு மடக்கிப் பிடித்துக் கொள்வதின்மூலம் அடக்குவது என்பது கொல்லாமையைக் கையாள்வது ஆகும். வகையாக சிக்கிக்கொண்டு, அடங்க மறுத்தால் மரணத்தை ஏற்றுக்கொள்வது என்கிற மானுட தாத்பரியம் பொங்கும் சண்டைக்கலை தமிழர்களின் மல்யுத்தம். அதுவே, உலகின் பல கலைகளிலிருந்தும் சிறப்புகள் அனைத்தையும் தனக்குள் சேர்த்துக் கொண்டு மெட்ராஸ்

பாக்ஸிங் ஆகப் பரிணமித்திருக்கிறது. இன்றும் இக்கலை சினிமா கலைஞர்களுக்காகவே சென்னையில் இருந்து கொண்டுதான் இருக்கிறது. ஆனால், புகழ் மங்கிக் கிடக்கிறது. மனித உடலைப் பகுத்துப் பிரித்துவளர்த்தும் நவீன உடற்பயிற்சி சாலைகளில் (பவர்ஜிம்மில்) ஏராளமான உடற்பயிற்சி இயந்திரங்கள் குவிக்கப்பட்டுள்ளன. நவீன உடல் கட்டுமான தொழிற்கூடங்களின் பெருமிதங்களில் கருவிகள் ஏதும் இல்லாமல் மண்ணில் உருண்டு புரண்டு உடல் வளர்க்கும் போர்க்கலை நசிந்துபோயிருக்கிறது. நம்பிக்கையூட்டும்விதத்தில் மிச்சம் இருக்கிறது எம்.ஜி.ஆர். திரைப்படங்கள்.

ஒரிஜினல் பாய்ஸ் நாடகக் கம்பெனியில் அனைவருக்கும் இப்படி கடும்பயிற்சிகள் கொடுத்த பெயர் தெரியாத ஆசான்களுக்கு நன்றி சொல்வோம்? சகலகலாவல்லவன் பி.யு.சின்னப்பாவிற்கே சண்டைக்கலை பயிற்சி கொடுத்த மிக மூத்த சண்டைக்கலை ஆசான் சோமு அவர்களுக்கா? மதுரை வீரன், மர்மயோகி, அலிபாபா நாற்பது திருடர்கள் என எத்தனை எம்.ஜி.ஆர். திரைப்படங்களைச் சொல்வது? லட்சியவாத நடிகர் எம்.ஜி.ஆர். என்பது அனைவரும் அறிந்ததே! அவர்மீது இரண்டுபட்ட அரசியல் கருத்துகள் இருந்து வந்தது என்பதும் உண்மை. ஆனால் ஆதரித்தவர்களும் கண்மூடித்தனமாக ஆதரித்தார்கள்... எதிர்த்தவர்களும் கண்மூடித்தனமாக எதிர்த்தார்கள். இவர்கள் பேச்சைக் கேளாத திரை இலக்கியங்களுக்கு இலக்கண வரையறைகள் தேவையற்றது என்கின்ற பொதுமக்கள் அவரை ரசித்து அர்ப்பணமிக்க அந்தக் கலைஞனுக்கு உடனடி பாராட்டுதல்களையும்

நன்றியறிதலையும் தெரிவித்துவிட்டார்கள். அலிபாபாவும் நாற்பது திருடர்களும் என்ற படத்தில் திருடர்களாக நடித்த நாற்பது பேருக்கும் (திருடர்களுக்கும்) பயிற்சி கொடுத்தவர் ஸ்டண்டு சோமு (ஸோல் ஃபைட்) இத்தாலிய நீள்குத்துக் கத்தி அல்லது பிரித்தானிய சண்டைக் கத்தி என்பதாக அறியப்பட்ட இக்கத்திச் சண்டை பயிற்சியில் ஏனைய துணை நடிகர்களோடு சேர்ந்து மிகக் கடுமையாகப் பயிற்சி செய்தவர்களில் ஒருவர் எம்.ஜி.ஆர்.

மேற்படி படத்தில், உணவு விடுதிக்குள் நடக்கும் கத்திச் சண்டை டெக்ஸாஸ் கௌபாய் திரைப்படங்களில் சலூன்களிலும் உணவுவிடுதிகளிலும் நடைபெறும் சண்டைக் காட்சிகளைக் காட்டிலும் வேகமானது.

பிரித்தானிய ஆட்சிக் காலத்தில் நாட்டின் அடிமைத்தனத்திற்கு எதிராகப் படம் எடுத்திருக்கவேண்டிய சினிமா கலைஞர்கள் அடிமை யுகத்திலும் விடுதலைக்குப் பின்னர் சொந்த அரசாங்கத்தை எதிர்க்கவும் முடியாமல் கற்பனை ராஜ்ஜியங்களின் விடுதலையைக் கோரியும் அநியாயத்தை எதிர்த்தும், பாட்டி கதைகளைவிடச் சற்றே மேம்பட்ட வரலாற்றுச் சுவடுகளில் இருந்தும், இலக்கியக் குறிப்புகளில் இருந்தும் கிள்ளி எடுக்கப்பட்ட சம்பவங்களைத் தங்களது கற்பனைக்கு ஏற்ப காட்சிப்படுத்தும் சாத்தியத்தை முன்வைத்தும் சினிமாக்களைத் தயாரித்தார்கள்.

காட்சிகளை மிகச் சிறப்பாக அமைத்தார்கள். அவற்றை இணைத்து முழுநீளத் திரைப்படமாக மக்கள் பார்வைக்கு வைத்தார்கள் இருநூறு ஆண்டுகளுக்குமுன்னரே கிழக்கிந்தியக் கம்பெனி அரசு ராணுவத்தால் மக்களிடமிருந்து முற்றாக ஆயுதங்கள் பறிக்கப்பட்டு உருக்கு ஆலைகளுக்கு எடுத்துச் செல்லப்பட்டு உருக்கி உழைப்புக் கருவிகளாகவும் படைப்புச் செல்வங்களாகவும் மாற்றப்பட்டு விட்டது. அதுபோக மீதம் இருந்தவை அருங்காட்சியகங்களில் பாதுகாக்கப்பட்டிருப்பதுதான். ஒருபோதும் அடிமையாகிவிடக் கூடாது என்பதில் அக்கறையாக இருந்த, சுதந்திரத்தை நேசித்த யுத்தக் கலைஞர்கள் மற்றும் சுயமரியாதை உள்ளவர்களால் பாதுகாக்கப்பட்டு பட்டி தொட்டிகளிலும் மூலை முடுக்குகளிலும் ஆற்றங்கரைகளிலும் கைவிடப்பட்ட உழவு நிலங்களிலும், பலன் என்று ஏதும் சொல்லிக் கொள்ளும்வகையில் இல்லாமல் போனாலும் தான் கற்ற கலையை இன்னொருவனுக்குப் போதித்துவிட்டுத்தான் சாகவேண்டும் என்பதில் உறுதியாக இருந்ததால் வாழும் காலத்தில் மட்டுமல்ல; வரவிருக்கும் காலத்து மனிதகர்ளையும் நேசித்த மாபெரும் கலைஞர்களால் பாதுகாக்கப்பட்டுவந்த கலையை திரைப்படங்கள்மூலமாக மக்களுக்குப் பயன்படுத்தினார் ஸ்டண்டு சோமு.

ஆசானுடைய முகம் பொதுமக்களில் பலருக்கும் நினைவிருக்காது. (உத்தமபுத்திரன் சிவாஜி படத்தில் மூத்த சிவாஜியை வளர்ப்பவர்).

அவரது மொத்த கலையின் வெளிப்பாட்டு அடையாளமாக எம்.ஜி.ஆர். நீடித்திருப்பார். 'சதிலீலாவதி' திரைப்படத்தில் எம்.ஜி.ஆருக்கு வாய்ப்பளித்த மருதாசல மூர்த்தி செட்டியாரை ஒருமுறை நினைவுகூர்வோம்.

இக் கத்திச்சண்டை (ஸோல்பைட்) இன்று ஒலிம்பிக் போட்டிகளிலும், அரசு ராணுவத்திலும் காவல்துறை மற்றும் அதிரடிப்படை வீரர்களுக்கும் அரசியலில் மிக உயர்ந்த பொறுப்புகளில் உள்ளவர்களைப் பாதுகாக்கும் மெய்க்காப்பாளர்களுக்கு மட்டுமே பயிற்சி கொடுக்கப்பட்டிருக்கும் இக்கலை ஏன், மக்கள் மத்தியில் காணாமல் போய்விட்டிருக்கிறது.?

பிரித்தானிய ஏகாதி பத்திய அரசு, மக்களிடமிருந்து ஆயுதங்களைப் பறித்தது என்பது இயல்பு ஆனால் சுதந்திர தேசத்தில் உள்ள பயிற்சி சாலைகளில்கூட இதுபோன்ற ஆயுதங்கள் பறிக்கப்பட்டுவிட்டது என்பதுதான் தமிழ்நிலமும் மக்களும் தற்போதும் அடிமைப்படுத்தப் பட்டிருக்கிறார்கள் என்பதற்குச் சான்று. மக்கள் நோய்க்கூறுகளுக்கு ஆட்பட்டாலும் பரவாயில்லை அவர்கள் உழைப்பதிற்கான இயற்கைக் கருவிகளாக மட்டும் இருந்தால்போதும் என்பதில் மிகக் கவனமாக இருந்து 'மணிஅடித்தால் சோறு மயிறு முளைத்தால் மொட்டை' என்று பழக்கப்படுத்தி இருக்கிறார்கள் மாநில அரசுகளை ஆண்டவர்கள்.

கனரக உற்பத்திமுறைமூலம் பொருளாதாரத்தை வளப்படுத்த முயற்சித்த சமூகக் கட்டுமான அரசு அமைப்புமுறையில், மக்கள் உயிர்வாழ கட்டாயமாக உழைக்கவேண்டிய நெருக்கடிக்கு ஆளானார்கள்.

ஆடியும், பாடியும் ஆனந்தித்திருந்த சமூகம் கலை வறட்சி அடைந்தது. மனிதக் கலைப்படைப்பார்வத்தின் சுதந்திரக் கனவாக, தன்னெழுச்சியின் பிரதிபிம்பமாக தமிழ் சினிமாவைத் தக்கவைத்தவர்களில் மதிக்கத்தக்கவர் ஸ்டண்டு சோமு சண்டைக்கலை அமைப்பாளர்.

NTR நடித்த 'மின்னல் வீரன்' என்றொரு திரைப்படம். அதில் ஒரு சண்டைக் காட்சி. நாயகனும், வில்லனும் வாள்போரின்மூலம் மோதிக் கொள்வார்கள். சினிமா பெயர்க்காரணத்தைக் காட்சியில் காட்ட நினைத்தாரோ அல்லது வளரும் நவீன சினிமாவை ஒருபடி முன்னேற்றும்விதமாக மக்களுக்கு அதிர்ச்சி உண்டாக்கி அதன்மூலம் திரைப்படத்தை திரும்பத் திரும்ப காணச் செய்தாரோ?

நாயகனும் வில்லனும் உபயோகப்படுத்தும் வாளின் கைப்பிடிக்குள் ஒரு மின்கலத்தின் காப்புச் செம்புக்கம்பியைச் செருகி அதன் நேர்மறை மின்னோட்டத்தை ஒரு வாளுக்கும் அதன் எதிர்மறை மின்னோட்டத்தை மற்றொருவரின் வாளுக்கும் இணைத்து அதன் கைப்பிடிகளில் மின்சக்தி பரவாதவண்ணம் பாதுகாப்பு உறைபோட்டு இருவர் கைகளிலும் கொடுத்து மோதவிட்டுக் காட்சிப்படுத்தி இருப்பார். வாள்முனைகள் மோதிக் கொண்டவுடன் மின்பொறி பறக்கும் அன்றைய மக்கள் மட்டும் அல்ல; இன்றும் பரவசமூட்டும் காட்சி. சண்டை அமைப்பு ஸ்டண்ட் சோமு.

'மந்திரி குமாரி' திரைப்படம், நாயகியை மையப்படுத்திய திரைக்கதை நாயகனுக்குக் குறைந்த காட்சிகள். வில்லனுக்கு இருக்கும் காட்சிநேர அளவைவிடவும் நாயகனுக்குக் காட்சிகள் குறைவு. அந்த சமயத்தில் எம்.ஜி.ஆர். படவாய்ப்பு இல்லாமல் கஷ்டப்பட்டுக் கொண்டிருந்த சமயம். "ஜெனோவா" "நாம்" திரைப்படங்களின் வசூல் தோல்வி காரணமாக இருந்திருக்கலாம். சர்வாதிகாரி, ஜெனோவா கதைகள் அப்பட்டமான ஐரோப்பிய வாசனை வீசும் கதைகள் மொழி மட்டும்தான் தமிழ்.

ஆடை அலங்காரம், பின்னணிக் காட்சிகள் அரங்க அமைப்பு முழுவதும் ஆங்கிலமொழி சினிமாக்களின் நகலி. (இயக்குநர் எல்லீஸ் டங்க்ன் மாடர்ன் தியேட்டர்) பெண்களின் பழக்கவழக்கம், ஆடை அலங்காரம், கலாச்சாரம் மட்டும் தமிழின சாயலில் இருக்கும். ஆண்களுக்கு அந்த வரம்புகள் கிடையாது. 'சர்வாதிகாரி' திரைப்படத்தில் அந்தப்புரத்தில் நுழைந்துவிட்ட நாயகனை, நாயகியின் முன்னிலையில் சவாலுக்கு இழுப்பான் வில்லன். கையில் உருவிய நீள்கத்தி. நாயகி அச்சத்தில் நாயகனைத் தடுப்பாள். நாயகன் எம்.ஜி.ஆர். நம்பிக்கை மிளிர நகைத்தபடி "சற்றே விளையாடிவிட்டு வருகிறேன்." என்று சொல்லிவிட்டு தன்னுடைய நீள்கத்தியுடன் எதிரியோடு மோதுவார். மிக நீண்ட நேரம் நடைபெறும் இச்சண்டை (ஸோல் ஃபைட்) தனித்து இருவர் மட்டும் மோதிக்கொள்கிற காட்சி. அதற்குப்

பின்னரும் ஒன்றிரண்டு சினிமாக்களில் இதே வசனத்துடன் காட்சி அமைக்கப்பட்டிருக்கும்.

ஆயிரத்தில் ஒருவன், மீனவ நண்பன், மதுரையை மீட்ட சுந்தர பாண்டியன், நாடோடி மன்னன் என்று ஏராளமான சினிமாக்களில் மோதிக்கொண்டதின்மூலம் நீள்கத்திச் சண்டைக்கு திரைப்பட சாட்சியாக இருப்பவர்கள் எம்.என்.நம்பியாரும் எம்.ஜி.ஆரும்...

'ஆயிரத்தில் ஒருவன்' திரைப்படத்தில் வில்லனைப் போன்ற கதாபாத்திரத்தில் நடித்த எம்.என்.நம்பியார், நாயகியை அடைய முயற்சித்து நாயகனை அச்சுறுத்துவார். 'மதம் கொண்ட யானை என்ன செய்யும் தெரியுமா?' என்பார். 'சினம்கொண்ட சிங்கத்திடம் தோற்றோடிப்போகும்' என்பார் நாயகன். தொடர்ந்து வில்லன் "அப்படியானால் இனி என் வாள்முனைதான் தீர்மானிக்கும்" என்பார். "தேவைப்பட்டால் யுத்தம் தவிர்க்க முடியாதது" என்று கூறும் நாயகனும் தன் நீள்கத்தியுடன் போரிடுவார்.

சண்டையின் வேகத்தில் ஒரு கணத்தில் எதிராளி நாயகனின் இடையிலிருக்கும் குறுங்கத்தியை உருவிக் குத்த முயற்சிப்பார் வில்லன். அதை லாவகமாகத் தட்டிப்பறிக்கும் நாயகன் அதைத் தன் இடக்கையில் வைத்துக்கொண்டு "உன் கத்தியை எடுத்துக்கொள்" என்று குறுநகையுடன் எதிரியிடம் சொல்வார்.

எதிராளி நம்பியாரும் இடக்கையில், தனது குறுங்கத்தியை எடுத்துக் கொண்டவுடன் இருவரும் மீண்டும் மோதிக்கொள்வார்கள்.

'வாழ்வா? சாவா?' என்ற தீவிரமான கணத்தில் கிடைக்கும் வாய்ப்பில் எதிராளியின் கத்தியையும் உபயோகப்படுத்தும் சமயோசிதம் அற்புதம்... (சண்டைக்கலை ஷியாம் சுந்தர்.)

இடைவிட்டுவிட்ட 'மந்திரிகுமாரி' திரைப்பட வாய்ப்பு, டி.எஸ். பாலையாவிற்குத்தான் கிடைத்ததாகவும் ஏதோ ஒருசமயத்தில் எம்.ஜி.ஆரின் நிலையறிந்த டி.எஸ்பாலையா 'நாயகத்துவத்துக்கு முக்கியத்துவம் அற்ற கதைதான் நடிக்கிறாயா?' என்று கேட்டு எம்.ஜி.ஆருக்கு அந்த வாய்ப்பைக் கொடுத்தாராம். மேலும் அப்படத்திற்கு திரைக்கதை, வசனம் எழுதிய கலைஞர் கருணாநிதி எம்.ஜி.ஆர். தான் இப்படத்தில் நடிக்க வேண்டும் என்று தயாரிப்பாளரை வற்புறுத்தினாராம் அந்தப் பாத்திரத்தில் பாலையா நடித்திருந்தால் எப்படி இருந்திருக்கும் என்று அனுமானிக்க முடிகிறது. நாயகனாக நடிக்கும் வாய்ப்பற்ற சூழலில் கிடைத்த பாத்திரத்தை ஏற்றுக்கொண்டு நடித்ததில் அது, இன்று எம்.ஜி.ஆர். படம் என்றே சொல்லப்படுகிறது.

ஆபத்து பின்தொடர தொலைந்துபோய் அலைந்து கொண்டிருக்கும் நாயகியைத் தேடிக்கொண்டிருப்பார். எம்.ஜி.ஆர். துரோக அரச சக்திகளும் நாயகியைத் தேடிக்கொண்டு இருப்பார்கள். இருவரும் ஒரே சமயத்தில் நாயகியைக் காண்பார்கள். குழுவாக வந்திருக்கும் படைவீரர்களுடன் கையில் ஆயுதம் எதுவும் இல்லாத நாயகன் எம்.ஜி.ஆர். தன்னை குத்திக் கொல்லப்பார்த்த முதலாவது வீரனுடன் தோள்கொண்டு மோதி ஆயுதத்தை நீள்கத்தி ஒன்றை எதிராளியிடம் இருந்து பறித்துக்கொண்டு கடுமையாக எதிர்கொள்வார். குறுக்கே பாய்ந்த நாயகியின் மண்டை உடையும். களைத்துச் சாயும் நாயகியைத் தோளில் சாய்த்துக்கொண்டே சண்டை செய்வார். இடைவிடாது தாக்கும் குழுவினரிடமிருந்து தப்பிக்க இடம் மாறும்போது, நாயகனின் தோள்களில் நாயகி மயங்கிச் சாய்ந்துவிடுவார். பாதங்கள் நிலத்தில் படாதவகையில் நாயகியின் உடல் நாயகனின் தோள்களில் தொங்கிக் கிடக்க, சுற்றிச் சுழன்று சண்டைசெய்து தற்காத்துக்கொள்ள முயற்சிப்பார். ஒரு கணம் நாயகியைக் கீழே போட்டுவிடாமல் பாதி உட்கார்ந்த நிலையில் சுற்றிச் சுழன்று சண்டை போடுவார் எம்.ஜி.ஆர். காணக் கிடைக்காத அற்புதக் காட்சி! வீரம் நிறைந்த ஆண்மகனின் உச்ச கட்டமான முயற்சியைக் காட்சிப்படுத்தியவர் ஸ்டண்ட் மாஸ்டர் சோமு. ஸோல்பைடு வெறும் ஐந்து குத்துவரிசைகளைக் கொண்ட சண்டைக்கலை. ஆனால், எதிர்வரும் குத்துக்களை தட்டிவிட்டபடி எதிரிலிருப்பவரைக் குத்தவேண்டும். ஆக, ஒரேசமயத்தில் இரண்டு வேலைகளைச் செய்யவேண்டும். கைகளுக்குள் கத்தி சுழலவேண்டும். கைதவறி கீழே விழுந்துவிடாமல் எதிரியின் உடலுக்குள் ஆழமாக பாய்ச்சவேண்டும். நான்கடி அகலம் இருபதடி நீளம்கொண்ட இடத்தில் குறிப்பிட்ட ஒழுங்கு வடிவில் நடத்தப்படும் இச்சண்டைக்

கலையை எம்.ஜி.ஆர். படிக்கட்டுகளிலும் தாழ்வார விளிம்புகளிலும் அரண்மனையில் தொங்கும் சரவிளக்குகளில் தொங்கியபடியும் மேல்மாடங்களில் அடுத்தடுத்து ஓடிவரும் பெரும் கூட்டத்திற்கு எதிராகவும் எத்தனை எத்தனைமுறைகளிலும் வடிவங்களிலும் பயன்படுத்தியிருக்கிறார். இரண்டு கத்திகளைக் கொண்டு இரட்டைக்கம்பு சுழற்றும்முறையைப் பயன்படுத்தியிருப்பது சிறப்பு. மட்டும் அல்ல உலகின் ஒரேயொரு கலைஞர் எம்.ஜி.ஆர். பதிவுசெய்திருக்கும் சினிமா தமிழ் சினிமா Masko Joro முதல் இன்றைய பைரேட்ஸ் சினிமா வரை யாரும் அந்த அழகியலோடு படம்பிடிக்க முடியவில்லை அல்லது அப்படிப்பட்ட விஷயம் தெரிந்திருக்காது. அங்குதான் அது தமிழர்களின் போர்க்கலை எனும் தனித்தன்மையை அடைகிறது. அதிலும் இச்சண்டைக் காட்சிகளில் கலையின் இலக்கணங்களை மீறியதுதான் எம்.ஜி.ஆரின் பங்கு .

இவருக்குப்பின் இவர்களது குழுவிலிருந்து இயங்கியவர்கள் தொடர்ந்து சண்டைக்கலை அமைப்பாளர்களாக எம்.ஜி.ஆர். நடித்த படங்களில் பணியாற்றியவர்கள் இருக்கிறார்கள். நாடோடி மன்னன் திரைப்படத்திற்குச் சண்டைக் காட்சிகளை அமைத்தவர் ஆர்.என்.நம்பியார்.

அரண்மனையிலிருந்து தப்பும் காட்சி. மலைச்சரிவில் M.N.நம்பியாருடன் நீள்கத்திச் சண்டை, வீரப்பனுடன் எடைமிக்க பட்டையான கொடுவாள் சண்டை, ஏறத்தாழ கோடரிச்சண்டை என்கின்ற கலையை ஒத்தது அக்காட்சி.

அவருக்குப்பின் சண்டைக்கலை இயக்குநர் தண்டபாணி, ஷியாம்சுந்தர். சண்டைக்கலை அமைப்பாளராகவும் நடிகராகவும் இருந்த சங்கர், ரயிலைத் தாண்டியவர் என்று திரைப்பட உலகத்தால் புகழப்பட்ட எஸ்.எஸ்.கொக்கோ. பலராம் மாஸ்டர் மற்றும் அவருடைய தம்பி, ஏராளமானவர்களின் பெயர்கள் விடுபட்டிருக்கக் கூடும். ஏனென்றால் இக்கட்டுரை என் நினைவலைகளில் இருந்து மட்டுமே எழுதப்படுகிறது. இக்கட்டுரையை எழுதுவதற்கு என்று ரசிக்கப்பட்ட காட்சிகள் அல்ல; நீங்கள் வாசித்துக் கொண்டிருக்கும் காட்சிரூபப்படுத்த முயற்சிக்கும் எழுத்து.

புகழ்பெற்ற வில்லன்கள் அத்தனைபேரும் முறையாக சண்டைப் பயிற்சி பெற்றவர்கள். மேலும், எம்.ஜி.ஆரின் திரைவாழ்வில் முப்பது ஆண்டுகளுக்கும் அதிகமாக உடனிருந்து குழுவாகச் செயல்பட்டவர்கள். (நடிகவேள் எம்.ஆர்.ராதா ஒருவர் தவிர்த்து) பிரதான வில்லன்கள் இல்லாத ஏனைய இன்னபிற சண்டைக்குழுவினர் யாவரும் இறுதிவரை அவருடன் நட்போடும் விசுவாசமாகவும் வாழ்ந்தவர்கள், நிற்க...

‘காஞ்சித்தலைவன்’ திரைப்படக் காட்சிபோலவே ‘சக்கரவர்த்தித் திருமகள்.’ படத்தில் அஞ்சலிதேவியை மீட்க ஆதிவாசிகள் மத்தியில் ஒரு மல்யுத்தக் காட்சி. அதில் வரும் வீரரும் மிகப்பெரிய உருவம். “நான் இருக்கிறேன் தலைவா...” என்று குரல்கொடுத்தபடி வருவார். அதிசிரமப்பட்டு அதேசமயம் எதிரியின் மூர்க்கத்தையே லாவகமாகப் பயன்படுத்தி வலது தோள்பட்டையை உள்நுழைத்து எதிராளியின் நெஞ்சைக் குத்தி குனியச்செய்து முதுகை உள்நுழைத்து மொத்த எடையையும் தோளில் தாங்கித் திரும்பி நான்கு எட்டு நடந்து எகிறித் தலைக்குமேலாக வீசி எறிவார் எம்.ஜி.ஆர்.. ஆனால் அந்தமுறை மல்யுத்தக் கலையின் அரிச்சுவடி, சண்டைதெரியாத எந்த ஒரு பலசாலியையும் அப்படித் தூக்கிவிட முடியும் என்பது மல்யுத்தம் பயின்ற யாரொருவருக்கும் தெரியும்.

திரைப்படத்தில் வரும் எதிரி ஆதிவாசி, உடல் எடை மிகுந்த அதிபராக்கிரமசாலி, யுத்தக்கலை பயின்றவன் அல்ல. காஞ்சித் தலைவன் சினிமாவில் நெல்லூர் காந்தாராவிடம் திக்கித் திணறிப்போகும் எம்.ஜி.ஆர். சக்ரவர்த்தித் திருமகனில் களைத்து மட்டுமே போகிறார். இவை இரண்டும் திரைப்படக் காட்சிகளே... அவற்றைப் படைத்த இயக்குநர்கள் எவ்வளவு துல்லியமான வேறுபாடுகளைக் காட்சிகளில் கடைப்பிடித்து இருக்கிறார்கள் என்பதுதான் எம்.ஜி.ஆர். திரைப்படங்களின் வெற்றிக்குக் காரணமோ? ‘மன்னாதி மன்னன்’ திரைப்படத்தில் சிறைப்பிடிக்கப்பட்டுவிடும் எம்.ஜி.ஆர். தப்பியோடாமல் இருக்க இரண்டு கைகளையும் பின்புறமாக இழுத்து இடையில் நான்கடி நீளமுள்ள மூங்கில் ஒன்றைச் செருகியிருக்க, முன்பக்கத்தில் கைமணிக்கட்டுகள் இரண்டையும் இணைத்துக் கட்டப்பட்டிருக்கும். எதிரியின் சபையில்

அவமானப்பட்டுவிட்ட கோபத்தில் கைகளை முன்பக்கமாக இழுத்து மூங்கிலை உடைத்து தன்னை விடுவித்துக்கொள்ளும் காட்சியில அவரது உடல் கட்டுமானத்தை ரசிக்கலாம்.

'அடிமைப் பெண்' திரைப்படத்தில் எம்.ஜி.ஆரை தூணில் சாய்த்து இரு கைகளையும் தூணைச்சுற்றி சங்கிலியால் கட்டிவிட்டுச் செல்வார் R.S.மனோகரன். உட்கார்ந்தநிலையில் இறுக்கிப் பிணைக்கப்பட்டுவிட்ட வளையத்துக்குள் சங்கிலியின் கன்னியை திறந்திருக்கும் வாய்முனைக்கு லாவகமாக நகர்த்தி அதன் நீளத்தையே நெம்புகோலாக்கி வளையத்தில் இருந்து கைகளை விடுவித்துக்கொள்ளும் எம்.ஜி.ஆர். அந்த எடைமிக்க சங்கிலியை இடது கையால் சுழற்றி பட்டை வாளுடனும் கேடயத்துடனும் மோதும் ஆர்.எஸ்.மனோகரன் உடனான சண்டைக் காட்சி குறிப்பிடத்தக்கது. முனையில் இரும்பு வளையம் பிணைந்திருக்க எடைமிக்க சங்கிலியைச் சுழற்றுவது கடினம். அதிலும் இருவருக்கும் காயம்படாமல் பயன்படுத்துவது என்பது அபாயகரமானது. அதனால்தானோ என்னவோ, அக்காட்சியில் மனோகரன் கையில் ரோமாபுரியின் அகலமான (இப்போதைய காவலர்கள் கையில் வைத்திருக்கும் பைபர் கிளாஸ் தடுப்புகள்) உலோகக் கேடயத்தைக் கொடுத்துவிட்டார்களோ? எடைமிக்க சங்கிலி மோதும் அதிர்வையும், தாங்கித் தடுக்கும் மனோகரனின் முகத்தில் அச்சமும், எச்சரிக்கையும் கலந்த உணர்ச்சிகளை துல்லியமாகக் காணமுடியும்.

‘அரச கட்டளை’ திரைப்படத்தில், அசோகனை விடுவிக்கும் காட்சி. அவருக்கோ, நாயகன்மீதான தவறான தகவல்களால் ஏற்பட்டிருக்கும் கடும்கோபம். சங்கிலியால் கட்டப்பட்டிருக்கும் அசோகனை விடுவித்தவுடன் அவர் நாயகனின் நீள்குத்துக் கத்தியை எடுத்துக் கொண்டு ஆவேசமாகத் தாக்குவார். பின்வாங்கித் தப்பிக்கும் நாயகனுக்கோ, மன்னரைக் காப்பாற்றும் கடமை இருக்கிறது எதையும் விளக்கிச் சொல்ல நேரம் இல்லை. இருவரும் எதிரியின் சிறைக்குள் இருப்பார்கள். தன் உயிரைக் காத்துக்கொள்ளும் அதேசமயம் தாக்குபவரை உணர்ச்சிவசப்பட்டுக்கூட தாக்கிவிடக் கூடாது என்பதற்காக குத்துக்கத்தியை எடுத்துக்கொள்ளாமல் எடைமிக்க நீள்சங்கிலியைக் கொண்டு இடதுகையால் சுழற்றித் தற்காத்துக் கொள்வார். குத்துக்கத்தி தாக்குதலை சங்கிலி கொண்டு எப்படித் தற்காத்துக் கொள்வது என்பதற்குத் திரைப்படப் பாடம் அக்காட்சி. கடைசிவரையிலும் வலக்கரத்தை உபயோகிக்காமல் எதிரியைக் கட்டுக்குள் கொண்டுவந்து உப்பு மூட்டை தூக்குவதுபோல் அசோகனைச் சுமந்தபடி நீண்ட படிக்கட்டுகளில் நடந்துசெல்வார் எம்.ஜி.ஆர்..

மனிதனைக் கட்டுப்படுத்துவதற்கும் சித்திரவதை செய்வதற்கும் பயன்படுத்தப்பட்ட எத்தனையோ வகைக் கருவிகளை நாம் கண்டிருக்கிறோம். சிலுவையே நீண்ட மிகநீண்ட சித்திரவதைகளுக்குப் பின்னால் மெல்ல மிக மெல்ல, மனிதனைக் கொல்லும் ஒரு சித்திரவதைக் கருவிதான்.

‘அடிமைப் பெண்’ திரைப்படத்தில் வேங்கையனாக நடிக்கும் எம்.ஜி.ஆரைக் கட்டுப்படுத்தவும் சித்திரவதை செய்யவும் ஒரு மேடை மேல் நிறுத்திவைக்கப்பட்டிருப்பார். அவரது இரு கரங்களும் இருபுறங்களில் நீட்டி வைக்கப்பட்டு, இரு கயிறுகளின் முனைகளும் கைகளில் கட்டப்பட்டு இரு தாங்கு திருகுகள்வழியே கொண்டு செல்லப்பட்டு மிகப்பெரிய ஒரு மரஉருளையின்னுள் பிணைக்கப் பட்டிருக்கும். சைக்கிளின் கால்மிதிபோல் தோற்றமளிக்கும் அதன் இரு கைப்பிடிகளையும் இரண்டு குண்டர்கள் சுழற்றுவார்கள். மேடையில் நிற்கும் மனிதனின் கைகள் இருபுறமுமாக இழுபட்டு பிய்ந்துபோகும் அல்லது அந்த மனிதன் கத்திக்கதறி உயிர்ப்பிச்சை கேட்டு அடிமைப்பட்டு விடுவான். அதைக் காண வில்லி ஜெயலலிதா மேடம் அரியணையில் அமர்ந்து கையசைக்க, குண்டர்கள் சக்கரங்ககளைச் சுழற்றத் துவங்குவார்கள்.

நாயகன் வேங்கையன் எம்.ஜி.ஆர். கைகளை நீள்வதற்குவிட்டு கரங்களை உயர்த்தி முஷ்டிகள் வானம் நோக்கி உயர்ந்திருக்கக் கயிறுகளைத் தன்பக்கம் இழுப்பார். பார்க்கப் பரவசமூட்டும் அக்காட்சியில் அவரது கழுத்து நரம்புகள் புடைத்துத் தெரிய, தோள்பட்டை முண்டா உயர்ந்து கைகளின் இருதலைத் தசை

முறுக்கேறித் திரண்டு நிற்கும் விரிந்த மார்பும் குறுகிய இடையும், அவர் கட்டழகன் எனச் சான்று அளிக்கும். வனப்பும், வல்லமையும் வெளிப்படையாகத் தெரியும்வகையில் அமைந்த காட்சி. சற்றே முழங்கால்களை மடக்கி தன் முழு உடல் எடையையும் சேர்த்து இழுக்க, கயிறுகள் அறுந்து விடுபட, உருளை திடீரென வேகமாகச் சுழல குண்டர்கள் குப்புற உருளுவார்கள். நான் எழுதியிருப்பதைவிட அற்புதமாக இருக்கும் காட்சி.

எதிரியை அழிக்க நினைத்த வில்லி ராணி, உண்மையாகவே அத்தகைய குணம்கொண்டவரோ என்பதைப்போல தத்ரூபமாக நடித்திருப்பார். அவர் எதிராளியின் இடைவிடாத முயற்சியையும் தாங்குதிறனையும் பார்த்துத்தான் ராணி என்பதை மறந்து கைகளை உயர்த்தி, மடக்கி, முறுக்கி, பல்லை இறுக்கி விழிகளைச் சுறுக்கிப் பரவசப்படும் காட்சி!

எம்.ஜி.ஆருடைய உடலுக்குப் பொருத்தமான காட்சி சமீபத்தில் பார்த்தபோதும் கூட, ஓரளவிற்குத் தோள்களில் பளு இறங்கும்படியாக வலுமிக்கவர்களைக் கொண்டு இழுக்கச்செய்து கடுமையாக முயற்சி செய்திருக்கிறார் எனத் தெரிகிறது. இயல்பாகவே உடலின் அமைப்பைக் கூட்டுவடிவமாக அதாவது, உருண்டை வடிவமாகக் கூட்டும்போது வலிமை கூடிவிடும். அரைக்கோளங்களின் இடையே வெற்றிடம் உருவாக்கியபின் அதன் இணைப்பை இரு குதிரை சக்தியாலும் பிரிக்கமுடியாது என்பது அனைவரும் அறிந்ததே. அதேபோல்,

மு.சந்திரகுமார் ♦ 65

ஒரு மனிதனை நிற்கவைத்து அவனது இரு முழங்கைகளிலும் இரு கயிறுகளைக் கட்டி இருபக்கமும் இரண்டு குதிரைகளைக் கட்டி இழுக்கச் செய்தாலும் மேற்படி நபர் தனது இரு கைகளையும் உள்ளங்கைகள் ஒன்றோடு ஒன்று ஒட்டியிருக்கும் படி, விரல்களைப் பிணைத்து இறுக்கிக் கொண்டால், இரு குதிரை சக்திகளால் பிரிக்கமுடியாது என்பது யாவரும் அறிந்ததே. இக்கோட்பாடுதான் அடிமைப் பெண் திரைப்படக் காட்சியிலும் நாயகன் நடித்துக்காட்டும் காட்சி. இத்திரைப்படக் காட்சியில் நாயகன் கூன்முதுகுடன்தான் அறிமுகம் ஆவார். கதையின்போக்கில், எதிரிகளிடம் சிக்கி சித்ரவதைக்கு ஆளாகும் பெண்ணைக் காப்பாற்ற எடைமிகு மரக்கட்டையைத் தூக்கும் காட்சி பழங்காலத்திய சித்ரவதைக் கருவியின் மேல்பாகத்தை தலைக்குமேல் தூக்கித் தூர எறியவேண்டும். அடிமைப்படுத்தப்பட்டிருந்த இளைஞனின் வளைந்த முதுகும் இடுப்பும் நிமிர்ந்து உயரும் காட்சி !!

நாயகன் தனக்கான நெருக்கடியிலிருந்து தன்னை விடுவித்துக் கொள்ள முயற்சிக்கும்போது உடல் நிமிரும்படியாக அல்லாமல் பெண்களையும் குழந்தைகளையும் காப்பதில், முதுகு நிமிரும் காட்சி பலமும் வீரமும் தாங்குதிறனும் மக்களைக் காப்பதற்குத்தான் தேவை. அதில்தான் தன்மானம் காக்கப்படும். அதுதான் சுயமரியாதையைக் கூட்டும் என்பதை பழமையின் நினைவூட்டலின்வழி காட்சிப்படுத்தி இருப்பார்கள்.

சண்டைக் கலைஞரான எம்.ஜி.ஆர்., இந்தக் கதையில் சண்டை தெரியாதவராக, எழுத்தறியாதவராக நடித்திருப்பார். நாயகி அவருக்குச் சண்டை கற்றுத்தரும் காட்சி. அதில் "சண்டை எதற்கு?" என்பதாக கேள்வி கேட்பார் நாயகன். மொழி, இனம், பெண்கள், குழந்தைகளைக் காக்கவும் சுதந்திரத்திற்காகவும் மானம் காக்கவும் சண்டை செய்யவேண்டியதாக இருக்கிறது. அதற்கு வீரர்கள் தேவைப்படுகிறார்கள் என்பதாக பதிலளிப்பார். ஆம். லட்சியவாதிகளின் செயல்பாட்டில் உறுதி என்பது அதிகாரத்தையும் ஆணவத்தையும் எதிர்ப்பதில்தான் வெளிப்படுகிறது, ஆதிக்கமும் அதிகாரமும் எதிர்க்கப்படவேண்டும் அதற்குப் போர்க்கலை அவசியம் என்பதைத் தன் சினிமாவில் காட்சிப்படுத்தியிருப்பார் இயக்குநர் எம்.ஜி. ஆர்.. அதற்குப்பின் ராஜஸ்தான் உதய்பூ+ர் அரண்மனையில் நாயகியை தூக்கிக்கொண்டு கண்ணாடி மண்டபத்தில் நடக்கும் காட்சியில் கால்களைச் சற்றே அகலமாக வைத்து ஜாக்கிரதையாக நடந்து ஆனால், அந்த முயற்சி முகத்தில் தெரியாதபடி சிறப்பாக நடித்திருப்பார் எம்.ஜி.ஆர். தரைத் தளத்தில் கண்ணாடி பதிக்கப்பட்ட அந்த மண்டபத்தில் நானும், சக ஆட்டோ ஓட்டுநனும், தேசிய சைக்கிள் வீரனுமான மணிகண்டனும் நடந்து பார்த்தோம் என்றாலும் திரைப்படச் சாட்சி அடிமைப்பெண் எம்.ஜி. ஆர். திரைப்படம் மட்டும்தானே இருக்கிறது.

இன்று யோகா கலைக் காட்சிகளிலும், ஏராளமான கராத்தே, குங்ஃபூ சண்டைக் காட்சிகளிலும், ஜிம்னாஸ்டிக் காட்சிகளிலும், காணப்படும் கால்களை இருபுறமுமாக முழுவதுமாக உடலின் அடிப்பாகம் தரையில்படும் அளவிற்கு விரித்து உட்காருகிற காட்சி 180° டிகிரிக்கு கால்களை விரித்தல் என்பார்கள். ஒருகால் முன்புறமும் மறுகால் பின்புறமுமாக நீண்டிருப்பதை தொண்ணூறு டிகிரிக்குக் கால்விரித்தல் என்பார்கள். அப்படி ஒரு காட்சி இத்திரைப்படத்தில் காட்சிப்படுத்தப்பட்டிருக்கிறது. நாயகி ஜீவா ஜெயலலிதா, ஜோதிலட்சுமி மற்றும் குழுவினர் இணைந்து நாயகனை "காலத்தை வென்றவன் நீ" என்று புகழ்ந்து பாடும் காட்சியின் இறுதி வரிகளில் ஜோதிலட்சுமி முழுமையாக தொண்ணூறு டிகிரியில் அமர்வதுடன் பாடல் முடிவடைகிறது. ஒட்டிய வயிறும் கெட்டியான கால்களும் ஆட்டத்தில் நளினம் குன்றாமல் ஆடும் ஜோதிலட்சுமியின் இத்திறமையைக் கண்டறிந்து காட்சிப்படுத்தியிருப்பார் இயக்குநர் தயாரிப்பாளர், நாயகனான எம்.ஜி.ஆர். என்பதையும் பொருத்திப் பார்க்கும்போது, உடற்கலையில் எம்.ஜி.ஆரின் ஆர்வமும் திறமையாளர்களைக் கண்டறிந்து வாய்ப்பளிக்கிற அக்கறையையும் குறிப்பிடுகிறேன். பாடகர் எஸ்.பி.பாலசுப்ரமணியம் மற்றும் ஜெயலலிதா இருவரும் முதன்முதலில் பாடகர்களாக இப்படத்தில்தான் அறிமுகம் என்பதையும் அவர்களைக் கண்டுபிடித்தவர் எம்.ஜி.ஆர். என்பதையும் பார்க்கும்போது, அவரது திரைப்படங்களுக்கு இன்றளவிலும் ரசிகர்கள் இருந்து கொண்டிருப்பதற்கான காரணங்கள் என்றுணரமுடிகிறது.

மு.சந்திரகுமார்

போர்க்கலைகள் மற்றும் தமிழர்களின் பாரம்பரிய உடற்கலைகளுக்குத் திரைப்படச் சாட்சியங்களில் முக்கிய சினிமா 'மலைக்கள்ளன்' இத்திரைப்படத்தின் கலை கலாச்சாரத்திற்காக" குடியரசுத் தலைவர் விருதுபெற்றது. திரைப்படக் காட்சியில் நாயகி பானுமதி கடத்தப்பட்டிருப்பார். வழியில் மலைக்கள்ளன் எம்.ஜி.ஆர். அவரை எதிரிகளிடமிருந்து மீட்டு மலைகளுக்கும் பள்ளத்தாக்களுக்கும் அப்பால் உள்ள அல்லது இயக்குநரின் கற்பனை ராஜ்ஜியத்திற்குள் சுற்றிப் பார்க்க அழைத்துச்செல்வார்.

ஓரிடத்தில் ஒருசிறு மைதானத்திற்குள் நாயகனின் படைவீரர்கள் அல்லது குடிமக்கள் உடற்பயிற்சி செய்துகொண்டு இருப்பார்கள். எடைத்தட்டுகள் அல்லது எடைக்கற்கள், குண்டுகள், முண்டா பயிற்சிக்கான மரத்தாலான கதம் போன்ற எதுவும் இல்லாத சூழ்நிலையில், தமிழர்கள் எப்படிப் பயிற்சி செய்தார்கள் என்பதற்கு இந்த ஒரு காட்சிதான் திரைப்பட வரலாற்று சாட்சி. இன்றும் பாரம்பரிய உடற்கலைஞர்கள் தாங்கள் பயின்றதை தன் வாரிசுகளுக்கும் பயிற்சி சாலை வாரிசுகளுக்கும் சொல்லித் தருபவர்கள் இருந்துகொண்டுதான் இருக்கிறார்கள். என்றாலும் அனைத்துப் பொதுமக்களும் பார்க்கும்படியாக இருப்பது இத்திரைப்படம் மட்டுமே! அதிலும் இக்காட்சியில் எம்.ஜி.ஆர். எந்தப் பயிற்சியும் செய்யமாட்டார்.

ஒருவர் தோளில் இன்னொருவரை ஏற்றிக் கொண்டு உட்கார்ந்து எழுந்து கால்களின் முன் தொடைகளுக்கும் பின்புற புட்ட தசைகளுக்கும் பயிற்சி செய்துகொண்டிருப்பார்.

மற்றொருவர், ஒரு நீளமான மூங்கில் கழியின் இருபுறமும் இரண்டு நபர்கள் உடலைச் சுருட்டித் தொங்கிக் கொண்டிருக்க, உட்கார்ந்து எழுந்து முன்பின் தொடைகளுக்குப் பயிற்சி செய்துகொண்டு இருப்பார். ஒரு நபர் அறுபது கிலோ என்றாலும் இருவருமாக மொத்தம் நூற்றி யிருபது கிலோ எடையில் பயிற்சி செய்கிறார்.

இரண்டுபேர் குப்புறக் கவிழ்ந்தநிலையில் தண்டால் எடுப்பார்கள். அதில் ஒருவர் முழுமையாக தன் உடல்மீது இன்னொரு மனிதனைக் குறிப்பிட்டமுறையில் குப்புறப்படுக்க வைத்துக்கொண்டு பயிற்சி செய்வார். இப்படி ஒரு காட்சி இந்தியத் திரைப்படங்களிலும் நான் பார்த்திருக்கும் உலகளவிலான சுமார் இருபது மொழித் திரைப்படங்களிலும் போர்க்கலைச் சண்டைப் படங்களிலும் பார்த்தது இல்லை. அந்தவகையில், தமிழர்களின் பாரம்பரிய உடற்பயிற்சிக்கான வரலாற்றுத் திரைப்பட சாட்சியாக மலைக்கள்ளன் எம்.ஜி.ஆர். நடித்த திரைப்படம் மட்டுமே உள்ளது.

அதேகாட்சியில், குறுவாள் அல்லது கட்டாரி சண்டையை இருவரும், இரண்டு பெண்கள் நீள்கம்பு அல்லது அடிக்கம்புச் சண்டையும்,

ஒன்றரை அடி நீளமுள்ள குறுங்கட்டையைக் கொண்டும் சண்டைப் பயிற்சி செய்துகொண்டு இருப்பார்கள். சிறுத்தையை, நாய்க்குட்டியைப் போல் மடியில் படுக்க வைத்துக்கொண்டு நாயகனின் தந்தை (நடிகர் ராம்சிங்) உண்மையான மலைக்கள்ளன் அமர்ந்து பார்த்து ரசித்து உற்சாகமூட்டிக் கொண்டிருப்பார். அக்காட்சியில் எம்.ஜி.ஆர். நாயகியை ஒருமுறைகூட திரும்பிப் பார்ப்பதில்லை. மெல்லிய குறுநகை ததும்பும் மலர்ந்த முகத்துடன் உடல் மிகச் சின்னதாக அசைந்து கொடுக்க பயிற்சி செய்து கொண்டிருப்பவர்களைக் கூர்ந்து கவனித்துக் கொண்டு இருப்பார். இயக்குநருக்கு நன்றி சொல்லும் முன்னர் அக்காட்சியில் நடித்தவர் இப்பொழுதும் பாப்பநாயக்கன்பாளையம் கோவை சாண்டோ குழந்தைசாமியுடன் இணைந்து, பொன்னுசாமி நினைவு உடற்பயிற்சி சாலை நடத்திக்கொண்டு வருகிறார். தினமும் காலையும் மாலையும் வந்திருந்து இளம்பயிற்சியாளர்களுக்கு உற்சாகமூட்டிக்கொண்டு இருக்கிறார். அவரை அடையாளம் காண்பதில் எந்தச் சிரமமும் இருக்காது. மலைக்கள்ளன் திரைப்படத்தில் நடிக்கும்போது எப்படி இருந்தாரோ அப்படியே ஒருபக்கமாக சாய்த்து தலை சீவப்பட்ட (பழைய தெருக்கூத்துக் கலைஞர்கள்போல) அடர்சுருள்முடி இப்பொழுது நரை கூடி இருக்கிறது. தேக ஆரோக்கியத்துடன் உற்சாகமாக இருக்கிறார்.

சாண்டோ சின்னப்பா தேவர் மரணமடைந்தபோது, முதலமைச்சர் எம்.ஜி.ஆர். கோவை வந்திருந்ததோடு அல்லாமல் தேவரின் உடல்தகனம் செய்யப்பட்ட சுடுகாடு வரை இறுதி ஊர்வலத்தில் நடந்து சென்று ஈமச்சடங்குகள் முடியும்வரை நின்றிருந்துவிட்டுத்தான் சென்றிருக்கிறார்.

அப்பொழுது அவரைச் சந்தித்த பழைய ஆட்களில் ஒருவரிடம், மலைக்கள்ளன் திரைப்படத்தில் நடித்திருந்தவரின் சிகை அலங்காரத்தை அங்க அடையாளத்தைக் கூறி அப்படி ஒருவர் இருந்தார், “அவர் எங்கே” என்று சாண்டோ குழந்தைசாமியிடம் கேட்டிருக்கிறார். எம்.ஜி.ஆர். யாரை கேட்டிருந்தாரோ அவரும் கூட்டத்தின் இன்னொரு மூலையில் இருந்திருக்கிறார்.

எம்.ஜி.ஆர். நினைவுபடுத்திக்கொண்டு கேட்டுவிட்டார் என்பதால் குறிப்பிட்டவரை தேடித் தகவல் சொல்லியிருக்கிறார்கள். அவரோ, இந்தக் கூட்டத்திற்குள் நான் எப்படிப்பா போறது அது மட்டுமல்ல அவர் முதலமைச்சர். அவருக்கு அதிக வேலைகள் இருக்கும் நான்போய் என்ன பேசறது? அவர் வேலையை அவர் பார்க்கட்டும்பா... என்னை ஞாபகம் வச்சிருக்கார் என்னைக் கேட்டார் என்கிற செய்தி எனக்கு வந்திருக்கல்லவா? எனக்கு அதுவே போதும்பா.” என்று கூறியபடி வீட்டுக்குச் சென்றுவிட்டார். எம்.ஜி.ஆரும் உடனே கிளம்பி சென்னைக்குச் சென்றுவிட்டார். ஆனால், இன்றளவிலும் “ஏய் எம்.ஜி.ஆர். பார்க்க விரும்பிக் கேட்டும் அவரைப் போய்ப் பார்க்காத ஆளப்பா...” என்று மகான்களைத் தரிசிப்பதுபோல பார்க்கிறார்கள் அப்பகுதி மக்கள். அவரைத் தூரத்தில் நிற்கவைத்து தங்களது குழந்தைகளிடமும் புகழ்ந்து பேசிக்கொண்டு இருக்கிறார்கள். ஒரு கோடைகாலச் சிறப்புச் சிலம்பப் பயிற்சியை அவரும் அமரராகிவிட்ட சாண்டோ குழந்தைசாமி ஆசானும் நடத்திக்கொண்டிருந்தபோது நூற்றுக்கும் மேற்பட்ட மாணவிகளை வாழ்த்தி உரையாற்றும்படி என்னை அழைத்திருந்தார்கள். அப்போது மாணவிகளை வாழ்த்திப் பேசிவிட்டு இருவரிடமும் விடைபெற்றுக் கொண்டேன், அவரிடம் மேற்கண்ட சம்பவம்குறித்து நான் பேசவே இல்லை. எனக்கு நெஞ்சு அடைத்துக்கொள்ளுவதுபோல இருந்தது. தன்னிறைவு பெற்றவர்களுக்கு எதுவும் தேவை இருக்காது என்பதாகப் புரிந்துகொண்டேன். வரும் காலத்தில் அவரும் இறந்துவிட்டதாகத் தகவல்வரும். ஆனால் மலைக்கள்ளன் திரைப்படம் ஆவணமாகப் பாதுகாக்கப்படும் தமிழர்களின் உடற்கலை நுட்பச் சாட்சியாக...!

அதேபோல், தாய்லாந்து தேசத்தின் தேசிய விளையாட்டான சண்டைக்கலை “மொய்தாய்” தமிழ் சினிமாவில் ‘உலகம் சுற்றும் வாலிபன்’ திரைப்படத்தில் மட்டுமே காட்சிப்படுத்தப்பட்டிருக்கிறது.

மேடையில் குத்துச்சண்டை நடந்துகொண்டிருக்கும். மேடைக்குச் சற்றே மேலிருந்து பக்கவாட்டிலிருந்து மட்டுமே, படமாக்கப்பட்டிருக்கும். பார்வையாளர் கூட்டத்தின் ஒரு மூலையில் நாகேஷ் “அட்ரா அட்ரா அடிடா அய்யோ ஆவ் ஆவ்” என்று கத்தித் துள்ளித் தெறித்துப் பயந்து விழுந்து எழுந்து ஆடிக் கொண்டிருப்பார்.

இருளடர்ந்த ஒரு மூலையில் தனி நாற்காலியில், கால்மீது கால் போட்டபடி அமர்ந்து கைகளைக் கட்டிக்கொண்டு சண்டையைக் கவனித்துக் கொண்டிருப்பார். நாயகன் எம்.ஜி.ஆர். முகத்தில் எந்தச் சலனமும் இருக்காது. அரையிருள் அல்லது மங்கிய வெளிச்சத்தில் அவரது விழிகள் மட்டும் சுருங்கியும் விரிந்தும் சண்டையைப் பார்த்துக்கொண்டிருக்கும். மேற்படி படத்தில், ஏராளமான சண்டைக் காட்சிகள் உள்ளன. ஆனால், தான் பங்கெடுக்காத தான் செய்யும் சண்டைக் காட்சிகளைவிட சிறந்த அச்சண்டைக் காடசியைப் படமாக்கியிருப்பார். வணிகத் தத்துவம் அல்லது சினிமா அறிவு என்றும் கூறலாம். அதைக்காட்டிலும் அத்திரைப்படத்தில் நாயகன் எங்கும் யாரிடமும் தோற்பதில்லை. பல்வேறு நபர்களுடன் வேறுவேறு வரைமுறையான சண்டைகளைச் செய்து வெல்வதாகக் காட்சி, அதற்கு அவர் சண்டைக் கலைஞர், சண்டைக் கலைகளின் மேல் அக்கறையுள்ளவர் என்பதாக மட்டுமே புலப்படும்படியாக அக்காட்சியை அவர் பயன்படுத்தியிருக்கிறார். உலகம் சுற்றும் வாலிபன் படப்பிடிப்பு குறித்து ஏராளமாக எழுதலாம். ஆனால் இங்கு மொய்தாய், சண்டைக்கலையை முறையாகக் காண உள்ள ஒரே தமிழ்த் திரைப்படம் என்று மட்டும் உறுதிகூறலாம். இதனோடு கூடவே, எம்.ஜி.ஆருக்கு கராட்டே எனும் சண்டைக் கலை தெரியாது என்றும் நிரூபிக்கலாம்.

உண்மையில், அவர் மல்யுத்தப் பயிற்சியில் ஈடுபட்ட அளவிற்குக் கூட குத்துச்சண்டைப் பயிற்சி செய்தது இல்லை. அவர் ஆர்.எஸ் மனோகருடன்

குத்துச்சண்டை செய்வதாக உள்ள காட்சியிலும் ஆல்ரவுண்டிங் சேலன்ஜ் எனப்படும் பட்டிக்காட்டுப் பொன்னையா படத்தில் வரும் சண்டையின் துவக்கக் காட்சியிலும் முறையாக அல்லது சண்டைக்கலை இயக்குநர்கள் சொல்லும்முறைப்படியாக சண்டை செய்திருப்பார். ஆனால் உச்சக்காட்சியில் உடலின் வேகத்தைக் காட்டுவதிலோ அல்லது சண்டையின் இடைவெளிகளில் உடலியக்க வேகமும் வெப்பமும் குறையாமல் இருக்க, தொடர்ந்து இயங்கிக் கொண்டிருப்பது அல்லது எதிரிக்கு ‘பாவ்லா’ காட்டும்போது குத்துச்சண்டைக்கான காலடிமுறைகளைப் பயன்படுத்தாமல் சிலம்பாட்டத்தின்போது வைக்கும் காலடிமுறைகளைப் பயன்படுத்தியிருப்பார் உண்மையில், குத்துச்சண்டையில் கால்களின் வலுவில் நிலைத்துநின்று சற்றே உடல் எடையை முன்பக்கமாகச் சரித்துக் குத்துவதாகும். அதிவேக அசைவு உடலை எடையற்றதாகச் செய்துவிடும் அபாயம் உண்டு. மேலும் காற்றில் வெற்றுடலை அலையவிடுவது களைப்பை உண்டாக்கும். அவை எல்லாவற்றையும் தாங்குவதுதான் தாங்குதிறன் (ஸ்டாமினா) என்றாலும் சண்டைக் கலை நுட்பம்குறித்து உரையாடலுக்காகக் குறிப்பிடுகிறேன். குத்துச்சண்டையில் காத்திரமாக கைகள் முகத்தை மறைத்தபடி நெஞ்சிக்குமேல் தோள்களுக்கு நேராக இறுக்கியும் முன்னோக்கி வீசியும் பாதுகாப்பிற்காகப் பயன்படுத்தப்பட்டிருக்க வேண்டும். அதேசமயம், முகத்தைப் பாதுகாத்தபடி புஜங்களின் மறைவிலிருந்தே எதிரியைக் கண்காணிக்க வேண்டும். எம்.ஜி.ஆர். முகத்தைப் பாதுகாக்காமல் கைகளை அதிவேகமாக சுழற்றுவார். உற்றுக் கவனித்தால் புலப்படும். அது புலியாட்டம், மாரி அல்லது மான்கொம்புச் சண்டைகளில் பயன்படுத்தப்படும் முறை நானும் ரசித்தபடி திரும்பத் திரும்ப எம்.ஜி.ஆர். சினிமாக்களைப் பார்த்தேன்.

உலகம் சுற்றும் வாலிபன் திரைப்படம் தமிழ் சினிமா வரலாற்றில் குறிப்பிடப்பட்ட சினிமா தமிழ்ச் சமூகத்தின் மனோபாவம் சீர்குலைக்கப்படாமல் அல்லது தமிழ் ரசிக மனோபாவத்தைக் கணக்கில் எடுத்துக்கொண்டு காட்சிப்படுத்தப்பட்ட அமெரிக்க ஜேம்ஸ்பாண்ட் பாணி சினிமா.

அமெரிக்க *007* சினிமாக்களில் கதைக்களம் நாடுவிட்டு நாடு இடம்பெயர்ந்துகொண்டே இருக்கும். அதில் அமெரிக்கக் கூட்டு நாடுகளின் ஆதிபத்திய அரசியல் ஆயுதபாணியாக்கப்படுவதுடன் நியாயப்படுத்தவும்படும். மூன்றாம் உலக நாடுகளுக்குள் அனுமதி பெற்றும் அத்துமீறியும் நுழையும் நாயகன், தனக்கிருப்பதாகக் கூறிக் கொள்ளும் தன்னுடைய அதிகாரத்தாலும் நவீன தொழில்நுட்ப அறிவுடனும் அஞ்சாமல் செயல்பட்டு பேராபத்திலிருந்து உலகைக் காப்பார். சென்ற இடத்தில் எல்லாம் பேரழிவை உண்டாக்கிவிட்டு வியந்துவிரியும் கண்களும் குறுநகையுமாகக் களத்திலிருக்கும் பெயரறியா நாயகியை முத்தமிட்டு மறைவார். இக்காட்சிகளில் மூழ்கிப்போகும் ரசிக மனோபாவம் அமெரிக்காவை அந்நிய வெள்ளையர்களை

வியந்தோதச்செய்ததோடு, உலகத் திரைப் பட வணிகத்தையும் வெற்றிகரமாகச் சாதித்திருக்கிறது. ஆனால், எம்.ஜி.ஆர். உலகச் சந்தையை எதிர்பார்த்தார் என நம்பும்படியாக இல்லை.

தமிழகத்திலும் வெற்றி பெற்றுக்கொண்டிருக்கும் அமெரிக்க சினிமாக்களின் பாணியில் தான் ஒரு திரைப்படத்தைத் தயாரிக்க வேண்டும். உலக நாடுகளைக் காட்சிப்படுத்தி அதை மக்கள் பார்க்கும்படிச் செய்ய அதில் தானே நடிக்கவேண்டும் என விரும்பியதாக மட்டுமே தெரிகிறது.

சினிமா என்னும் கலையின் தொழில்நுட்ப வளர்ச்சியில் எப்பொழுதும் அக்கறை செலுத்திப் பல புதிய முயற்சிளைச் செய்து காட்டியவர் என்றளவில் அதைப் புரிந்துகொண்டால்போதுமானது.

கராத்தே கலைக்கான சீருடையும் இளைஞர்கள் வரிசை குலையாமல் நின்று பயிற்சிசெய்யும் காட்சியும் தமிழ்த் திரையுலகில் முதல்முதலாக படமாக்கப்பட்ட சினிமா ‘உலகம் சுற்றும் வாலிபன்’

அதில் பிறிதொரு காட்சியில், புத்த பிக்குவாக வரும் எம்.என்.நம்பியார் அறிமுகப்படுத்தப்படும் காட்சியில் கராத்தே கலைக்கான சீருடை அணிந்து அழகாகக் காட்சியளிப்பார்.

ஆனால் அவரே அணுப்பிளப்பின் விஞ்ஞான ரகசியங்களைத் தேடிவரும் ராஜூவிடமிருந்து கைப்பெட்டியைப் பறிக்கும் முயற்சியில் ஈடுபட, ஏற்படும் மோதல் காட்சியில், தமிழின மரபார்ந்தமுறை

யிலான 'லங்கோடு' என்கிற மிக இறுக்கமான கோவணம் கட்டி யிருப்பார். எப்பொழுதும்போல் முதல் மூன்று அடிகளை வாங்கியபடி, அமைதியின் இருப்பிடமான பௌத்த கோயிலுக்குள் எதிரியைக்கூடத் தாக்க மறுத்தபடி, பெட்டியுடன் மெல்லமாக வெளியேறுவார் எம்.ஜி.ஆர்.. பௌத்த பிக்குவுக்கான மனஅமைதியுடன் வெளியேறும் நாயகனை சண்டைக்கு இழுக்க நம்பியார், தன் தொடையிலும் தோள்பட்டையிலும் தட்டி தனது தசைகளின் வனப்பையும், வலிமையையும் வெளிப்படுத்திதான் அச்சமற்று இருப்பதாகவும், தாக்கத் தயாராக இருப்பதாகவும், அதனால் எதிரி அல்லது சவாலுக்கு ஆட்படவேண்டிய நபர் எதிர்கொண்டு மோதும்படியும் அழைப்பார். இம்முறை தமிழின வீர மரபு.

அந்த மரபைத்தான் நம்பியார் நடித்துக் காட்டுவார். அப்படி ஏராளமான சினிமாக்களில் தொடை தட்டி நடித்தும் இருக்கிறார்.

ஜப்பான், தாய்லாந்து, சிங்கப்பூர் போன்ற நாடுகளை கதைக்களமாகக் கொண்ட இச்சினிமாவில், பௌத்தக் கோவிலுக்குள் சண்டைக் காட்சியை அமைத்த இயக்குநரும், தயாரிப்பாளரும் ஆன எம்.ஜி.ஆர். திரைக்கதைக்கான காட்சிக் களத்தை இங்கேயே தேர்வு செய்து எழுதிக்கொண்டு சென்றாரா? அல்லது அங்கு சென்று காட்சியை அப்படி அமைத்துக்கொண்டாரா? என்றெல்லாம் யோசிக்கும்போது வியப்பில் ஆழ்வது தவிர்க்கமுடியாதது. பேரழிவை உள்ளடக்கிவைத்திருக்கும் அணுப்பிளவு விஞ்ஞான ரகசியத்தை பௌத்த கோயிலுக்குள் மறைத்துவைப்பததின்மூலம் அதீத சக்திகள் அமைதிக்கும் சமாதானத்திற்கு மட்டுமே பயன்படுத்தப் பட வேண்டும் எனும் கலைஞனின் உள்ளார்ந்த விருப்பத்தையும் வெளிப்படுத்துகிறது.

எம்.ஜி.ஆருக்கும் நம்பியாருக்கும் கராத்தே தெரியாது என்பது மட்டுமல்ல; காட்சிப்படி நாயகனும் எதிரியும் தனித்தே மோதிக் கொள்கிறார்கள். இருவரும் தகுதியுள்ள சண்டைக் கலைஞர்கள், இருவருமே நிறைய அடியாட்களை அழைத்து வரவில்லை. ஆக சுத்தவீரர்கள். தனித்துத் தங்கள் பலத்தை நிரூபிப்பதற்கான யுத்தமுறை மல்யுத்தம் நேர்மையானது. மனிதனைப் பின்புறமிருந்து அல்லது மறைந்திருந்து தாக்குகின்ற கலை அல்ல மல்யுத்தம். அதனால் இருவருக்கும் ரொம்பப் பழக்கமானதும், தமிழ்ரசிக மனோபாவத்துடன் எளிதில் பொருந்திக்கொள்ளக்கூடிய சண்டைக் காட்சியைப் படைத்திருக்கிறார்.

கராத்தே சண்டையைப் பார்த்த எம்.ஜி.ஆர். அந்த நாடுகளின் சண்டைக்கலை வல்லுநர்களின் ஆலோசனையை முதலில் உள்வாங்கியதாகவும், இருவருடைய உடல்வாகுக்கும் பொருத்தமற்றதாகவும் கராத்தே பயிற்சியின்மையையும் உணர்ந்திருக்கிறார். மேலும் கைகால்களை காற்றில் விசிறி வெட்டுவதன்மூலம் எளிதில் மனிதன்

வீழ்ந்துவிடுவான் என்பதை காட்சிப்படுத்துவதிலும் தமிழக ரசிகர்கள் அதை நம்புவார்களா? மாட்டார்களா? என்கிற சந்தேகத்திற்கு ஆட்பட்டதாகவும் நம்பும்படியான தகவல்கள் உள்ளன.

மேற்படி சினிமாவில் மற்றொரு நாயகன் அணுவிஞ்ஞானி எம்.ஜி.ஆரேதான். திரையில் அவருக்குப் பெயர் முருகன். திரைக்கதையை எழுதி முடித்தபின்னர் உதவியாளர்கள் மற்றும் திரைக்கலை வல்லுநர்களுடன் கதை விவாதம் செய்தபோது பலரும் அப்பாத்திரத்திற்கு வேறுபெயர் குறிப்பாக, கிறித்துவ அல்லது அமெரிக்க ஐரோப்பிய விஞ்ஞானிகளின் பெயர்களைப் போன்று ராபர்ட், டேவிட், ஆல்பர்ட் மாதிரியான பெயர்களைத்தான் வைக்கவேண்டும் என்று கூறியிருக்கிறார்கள்.

அதற்கு எம்.ஜி.ஆர். ஆங்கிலத் திரைப்படங்களுக்கு அந்தப் பெயர்கள்தான் அவசியம். நான் தமிழக மக்களுக்குத்தான் சினிமா எடுத்துக் கொண்டிருக்கிறேன் அதில் நடிக்கும் விஞ்ஞானி தமிழர்தான். அதனால் அவருக்குப் பெயர் முருகன் என்று வைத்திருக்கிறேன். தமிழ்க்கடவுள் முருகன் அப்பனுக்கே அறிவுரை சொன்ன ஞானி என்று மக்களுக்குத் தெரியும் என்றாராம். உலகின் முதல் உலோக ஆயுதம் கையாண்டவர் என்பதற்கு ஆதாரமாக நாம், நம் முருகக் கடவுளைக் கொள்ளலாம். அவர் எறிந்த வேலின் முனைபட்டு மாமரம் இரண்டாகப் பிளக்கிறது. சூரபத்மன் மரணமடைவது, சேவல் கொக்கரக்கோ என்பதும், கொக்குவடிவத்தில் இருந்த சூரபத்மனை

வீழ்த்தியதும் கற்கால யுகத்திலிருந்து உலோக யுகத்திற்குத் தாவிய தாவலின் இடைக்கால அடையாளம் முருகன் என்று பொருள்படப்பது நம்மை மேலும் வியப்பில் ஆழ்த்தும்.

காரணம், அதுவரையிலும் இருந்த மனித குலத்தின் கைகளில் இருந்தது நீண்டு உருண்டு திரண்டு முதிர்ந்து இருந்த மரக்கட்டைகளின் முனைகள் நெருப்பிலிடப்பட்டு எரிந்து கொண்டு இருக்கும் முனையைக் காற்றின் திசையில் திருப்பி எரிமுனை கூராக இருக்கும்வகையில் எரியவிட்டு அணைத்து பாறைகளில் உரசித் தேய்த்துக் கூர்மையாக்கி எதிரிகளைத் தாக்கப் பயன்படுத்தினார்கள். அம் மரக்கட்டை வேல் அல்லது ஈட்டிகளினால் மரங்களைப் பிளக்க முடியாது. முருகன் எறிந்த வேல் பாறையை குறிப்பாகக் கடினப் பாறையில் குத்த பாறை இருபெரும் பிரிவாகப் பிளந்துவிடுகிறது என்பது சமயக் குறிப்பு. அதன் அடிப்படையில் முருகரிடம் இருந்த வேல், இன்றைய கடப்பாரையாகச் செயல்பட்டிருக்கிறது. ஏனெனில் அது சிவனிடமிருந்து வாங்கி பார்வதி தாய் தன் மகனுக்குக் கொடுத்தது பிரத்தியேகமானது உலோகத்தால் ஆனது.

தொன்மையான மனோபாவத்திலிருந்து நவீனத்துவத்திற்குப் பயணம் செய்த கலைப் படைப்பு எம்.ஜி.ஆருடையது. துப்பறிவாளனாக, போர்க்கலை வல்லுநனாக நடிக்கும் ராஜி, பாத்திரம் ஆர்.எஸ்.மனோகருடன் பெருவிரலைப் பயன்படுத்திக் குத்திக்கிழித்து காயம் ஏற்படுத்தும்படியான ஒரு சண்டைக் காட்சியை அமைத்திருப்பார். உலகம் சுற்றும் வாலிபன் திரைப்படம், எம்.ஜி.ஆர். திரைப்படங்களிலேயே அதிக வசூலைக் குவித்த படம் என்பது வரலாறு.

ஆனால், உண்மையில் அக்காட்சியில் உள்ளபடி விரல்களைக் கொண்டு வலுமிக்க உடலில் கோபாவேசத்துடன் மோதினால் ஏன் கீறினாலே விரல்கள் உடைந்துவிடும். கைவிரல்களில் நான்குக்கு ஒன்று என்கின்ற அளவில் பெருவிரல் வலுமிக்கதுதான். ஏனைய நான்கு விரல்களுக்கு எதிர்த்திசையில் இயங்கும்போது உடற்கட்டமைப்பின் நெம்புகோல் விதிப்படி, அதன் வலிமை கூடி விடும். ஆள்காட்டி விரல் மற்றும் நடுவிரலில் இரும்புக் கொக்கிகளை இணைத்து மறுமுனையை எடைக் கற்களுடன் இணைத்தால் சுமார் ஐம்பது கிலோ வரையிலும் குறைந்தபட்ச பயிற்சி செய்துள்ள பலசாலிகளே தூக்கிவிடமுடியம். அப்படிப் பெருவிரலில் எடையை இணைத்துக் கட்டித் தூக்க முடியாது. பெருவிரல் எதிர்ப்புற விரல்களுடன் இணையும்போதுதான் வலிமை அடைகிறது. (இரண்டு அரை வட்டங்களின் இணைப்பு முழுவட்டம் கோளக வடிவம்) சுண்டுவிரலும் பெருவிரலும் கைகளின் விளிம்பில் உள்ளது. அந்த எலும்புகளைச் சுற்றியுள்ள தசைகளும் தோளின் அடர்த்தியும்தான் குறைந்தபட்ச பாதுகாப்பு. கடுமையான சண்டை

யின்போது எளிதில் உடையும் விரல்கள் இவை இரண்டும்தான். ஒரு மனிதன் தன் தலைக்குமேல் உயரத்தில் உள்ள இரும்பு வளையங்களில் தனது ஆள்காட்டி விரலை மட்டும் நுழைத்துக்கொண்டு கால்கள் நிலத்தில் பட்டுவிடாதபடி தொங்கமுடியும். நடுவிரலிலும் அதைச் சாதிக்கலாம். மோதிரவிரல் சுண்டுவிரல் இரண்டையும் இணைத்துக் கூட அவ்வாறு தொங்கமுடியாது. மோதிரவிரல் காதலியின் மோதிரத்தை மாட்டிக் கொள்ளமட்டும்தான் பயன்படும். சுண்டுவிரல் குழந்தைகள், மற்றும் கன்னியரின் கைவிரலை மென்மையாகப பற்றிக் கொள்ள மட்டும்தான் பயன்படும். இப்படியாக, உடலியக்கம் இருக்கும் பொழுது அப்படி ஒரு சண்டைக் காட்சியை எப்படி எதற்காக எம்.ஜி.ஆர். அமைத்தார்? இப்படத்தில் ஜஸ்டினுடன் மோதும்போது கைகளை விறைத்து நீட்டி உள்ளங்கையை எதிரிக்குக் காட்டியபடி இருவரும் சண்டை செய்வார்கள். அது அன்றைய ஸ்டைலாகப் பேசப்பட்டது. ஆனால், உண்மையில் குங்ஃபூ கலையின் உட் பிரிவுகளில் ஒன்றான Snake style சண்டைக் கலைதான் அக்காட்சி.

குங்ஃபூ மற்றும் கராத்தே கலையில் கை விரல்களைப் பயன்படுத்தும்முறை உள்ளது. (Finger style) - அதைப்பற்றி கேள்விப்பட்ட எம்.ஜி.ஆர். அதன் யுக்தியைப் பற்றி கவலைப் படாமல் பார்வையாளர்களின் மனநிலையை மட்டுமே கணக்கில் எடுத்துக்கொண்டு அமைத்த சண்டைக்காட்சிதான் அந்தக் காட்சி! புலித் தாக்குதல் முறையில் ஐந்து விரல்களும் ஒரே சமயத்தில் இயங்கும். கூர்நகங்கள் கூடுதல் பலம், (Tiger-kon-Tojo)- கைமுஷ்டியை, இறுக

மடக்கி அதில் ஆள்காட்டிவிரலை நீட்டி நடுவிரலின் பக்கவாட்டில் வைத்து விரலின் நடுமுட்டியின்மீது பெருவிரல் கொண்டு அழுத்திப் பிடித்துக்கொண்டு மின்னலெனத் தாக்கலாம், எதிரியின் உடலின் குறிப்பிட்ட பகுதிகளில். உதாரணமாக விலாவின் மேல்கூடு தோள்பட்டை கழுத்து எலும்பு (Shatter bone)- இரண்டுக்கும் இடைப்பட்ட குழியில் உள்ள தசைகள். விலா எலும்புகளுக்கு இடைப்பட்ட பகுதிகள் இன்னும் சில இடங்களில் தாக்கினால் நிச்சயமாக எதிரியை செயலிழக்கச் செய்ய முடியும்.

தனக்குத் தெரியாத விஷயங்களை எம்.ஜி.ஆர். எப்பொழுதும் ஒரு குழந்தையைப்போல் தெரியாது என்றே கூறிவிடுவார். மேற்கண்ட காட்சிகளிலும் இன்னும் பல்வேறு திரைப்படங்களில் கைகளை கத்தியைப்போல் பட்டையாக விறைத்துப் பிடித்துக்கொண்டு கழுத்து, அடிவயிறு, விலா எலும்புக்குக் கீழுள்ள எலும்பற்ற தசைப் பகுதிகளில் வெட்டுகிற முறையை பயன்படுத்தியிருப்பார். பிடித்தல் சாத்தியமற்ற சூழ்நிலையில் அல்லது நான்கைந்து எதிரிகள் மத்தியில் பயன்படுத்தப்படும் பாரம்பரிய மல்யுத்தத் தாக்குதல் முறைதான் அது. கராத்தே அல்ல.

நினைவுகூர்ந்தால், கால்களை அவர் ஒருமுறைகூட இந்த சண்டைக் காட்சிகளில் பயன்படுத்தியிருக்க மாட்டார். அவரது காலை அவரது முகத்திற்கும் மேலாக உயர்த்தி உதைப்பதுபோல் பாவனை செய்த ஒரே திரைப்படம் சக்கரவர்த்தித் திருமகள். அதில் வரும் ஒரு பாடல் காட்சியில் மட்டும்தான். மோதலின் உச்சக் கட்டத்தில் வேகமாகத் தாக்கவரும் எதிரியிடமிருந்து தப்பிக்க இடுப்பு அல்லது நெஞ்சு மட்டத்தில் உதைக்கும் காட்சி இருக்கும். கீழே கிடக்கும் மனிதனை எதிரியைக் கூட கால்களால் உதைத்து உருட்டிச் செல்ல மாட்டார். வீழ்த்தப்பட்டு பலவீனமான நிலையில் இருப்பவர்களைத் தாக்குவது பலவானுக்கு அழகல்ல. கீழே விழுந்த எதிரி எழுந்து நிற்கும் வரையிலும் வாய்ப்புக் கொடுத்துக் கைகளால் தாடையில் தாக்கி மீண்டும் கீழே விழச்செய்வார். எவ்வளவு பெரிய பல சாலியாக இருந்தாலும் கீழ்த்தாடையில் பக்கவாட்டில் இருந்து விழும் குத்து நிலைகுலைந்து கீழே விழச்செய்யும். குத்துச் சண்டையில் அதிகப் புள்ளி கிடைக்கும். பல சீன ஹாங்காங் சினிமாக்களில் எதிரியிடம் தாக்குண்டு திணறிக்கொண்டிருக்கும் ஜாக்கிசான் எங்கே என மூக்கில் குத்திவிடு அல்லது தொட்டுவிடு பார்க்கலாம் என சவால்விட்டு எதிரியை ஆத்திரமடையச் செய்வதைப் பார்க்க முடியும். எதிரி விடும் குத்தில் நிலைகுலைந்து விழுந்து எழும் எம்.ஜி.ஆர். தானும் அவனைப்போல் மாறாமல் நிதானமாக அவனுக்குப் புத்திசொல்வார். முதல் தவறை மன்னித்து பின்னும் இரண்டாவதாக தாக்கிவிட்டால் பொய்க்கோபம் காட்டி எச்சரிக்கை செய்வார். மூன்றாவது குத்தில்

எம்.ஜி.ஆருக்கு உதடு கிழிந்துவிட்டால் அப்புறம் எதிரி தீர்ந்தான் என்பதன் ரகசியம் தாடையில் விழும் குத்து மனிதனை வீழ்த்திவிடும் என்பது அவருக்கும் சண்டைக் கலை அறிந்தவர்களுக்கும் தெரியும்.

காலில் சக்கரத்தை கட்டிக்கொண்டு சறுக்கியபடி எம்.ஜி.ஆர். கத்திச்சண்டை செய்வதுபோல் தமிழக சினிமா வரலாற்றிலும் உலக சினிமாவிலும் எந்த வீரனும் செய்தது இல்லை. அப்படி காட்சியைப் படம்பிடிக்க எத்தனை கஷ்டப்பட்டார்கள் என்பதுகுறித்து நான் கவலைப்படப் போவதில்லை. சறுக்கும் சக்கரங்களைக் காலில் கட்டிக் கொண்டு வாள்போர் செய்யும் காட்சி, நான் பார்த்திருக்கும் அறுபத்துநான்கு நாட்டுச் சினிமாக்களில் இல்லை. ஒரே ஒரு திரைப்படச்சான்று 'உலகம் சுற்றும் வாலிபன்' சினிமா மட்டுமே...!

எம்.ஜி.ஆருடைய உதவியாளர்களில் ஒருவரான முத்து எழுதிய நூலில் ஒரு நிகழ்ச்சி 'என்டர் தி டிராகன்' திரைப்படம் உலகெங்கும் சக்கைபோடு போட்டுக்கொண்டு இருந்த சமயம், லீயின் மரணம்தான் அப்படத்திற்கான பிரதான விளம்பரம் என்றாகிவிட்டிருந்தது.

எம்.ஜி.ஆர். முதல்முறையாக ஆனந்த் திரையரங்கில் அப்படத்தை திரையிடச் செய்து பார்த்திருக்கிறார். மறுநாளும் படம் பார்த்திருக்கிறார். அடுத்தடுத்த நாட்களில் ஏழுமுறை பார்த்திருக்கிறார். அவருடைய பணிகளை திட்டமிடுதல், செயல்படுத்துதல் இரண்டிலும் முக்கியப் பங்கு வகித்த முத்து சலிப்படைந்து அரங்கிற்கு வெளியே நின்று பிறரிடம் பேசிக்கொண்டு இருந்திருக்கிறார். தன் தலைவனின்

பொறுப்புகளில் மிகுந்த அக்கறை கொண்டிருந்த அவர், இறுதியாக முடிவு செய்துகொண்டு நேராக எம்.ஜி.ஆரிடம் சென்று "அண்ணே! மூணுநாளா இந்தப் படத்தை பார்த்துக்கிட்டு இருக்கீங்க... நிறைய வேலைகள் இருக்கு அண்ணே..." என்று நினைவுபடுத்தியிருக்கிறார். அரங்கைவிட்டு வெளியில் வந்த எம்.ஜி.ஆர். லீயின் அதிரடிச் சண்டைகளில் மூழ்கி அந்த அதிவேக இயக்கங்களில் அசந்துபோனவராக... அட இத்தனைமுறை பார்த்தும் அவர் என்ன செய்கிறார்னே தெரியலைப் பா" என்று வெளிப்படையாக ஒத்துக்கொண்டு ஒரு நடிகனாக, இயக்குநராக தயாரிப்பாளராக மட்டுமன்றி தன்னை ஒரு உடல்வனப்புக் கலைஞனாக உணர்ந்திருக்க சண்டைக்கலைகளைப் பயின்ற ஒரு மனிதனாக ஓயாது புகழ்ந்தோதிக்கொண்டு இருந்திருக்கிறார்.

முத்து எழுதுகிறார்: "அவர் அப்படிச் சொன்னதும் நான் பயந்துவிட்டேன்." ஏனென்றால் அதுவரையிலும் அரங்கத்திற்கு வெளியே நின்றுகொண்டிருக்கும்போது ஏனைய நண்பர்களிடம் சொல்லிக் கொண்டிருந்தேன். "அட போங்கப்பா, நூறு வேலை நின்னு கெடக்குது. அண்ண இரண்டு நாளா இந்தப் பூனைக் கண்ண... சீனாக்காரன் படத்தைப் பாத்துக்கிட்டு உட்கார்ந்துகிட்டு இருக்காரு" என்று லீயை அவன் இவன் என்று ஏகவசனத்தில் பேசிக் கொண்டிருந்திருக்கிறார். அதே லீ குறித்து முதல்முறை எம்.ஜி.ஆர். பேசுகிறபோது, அவர் இவர் என்ன செய்கிறார் என்பதாக மிகுந்த மரியாதையுடன் பேசி இருக்கிறார். தான், அவன் இவன் என்று பேசியது தெரிந்திருந்தால் என்ன சொல்லியிருப்பார் அல்லது செய்திருப்பார் என்பது குறித்தல்ல தன்னுடைய பயம். ஒரு கலைஞனை ஒரு கலைஞனாகவும் தரம்மிக்க ரசிகனாகவும் மதிக்காமல் விட்டுவிட்டோமே என்கிற உள்உறுத்தலினால்தான் பயந்துவிட்டதாகக் குறிப்பிடுகிறார் முத்து.

லீ, நிச்சயம் எம்.ஜி.ஆரைவிட வயதில் இளையவர். ஆனால் அவரிடமிருந்து வெளிப்பட்ட கலைத்தன்மை தமிழகத்தின் திரைப்படச் சக்ரவர்த்தியை அசரவைத்துவிட்டது. எம்.ஜி.ஆருக்கு தலைக்கனம் இருந்ததாகத் தெரியவில்லை. அப்படி ஒன்று வருவதற்குச் சாத்தியமே இல்லை என்கிற அளவில் புரூஸ்லீயைப் புகழ்ந்து தள்ளி இருக்கிறார். ஒரு கலைஞனாக இன்னொரு கலைஞனுக்கு மொழி, இன, தேச வேறுபாடுகளுக்கு அப்பால் மரியாதை கொடுத்துப் பேசியிருக்கிறார் என்பதைவிட, ஒரு போர்க்கலைப் பயிற்சி பெறும் மாணவன் தன்னுடைய ஆசானுக்கும் ஆசானாக உலக குங்ஃபூ கலையின் ஆசானாக அவரை மதித்துப் பேசியிருக்கிறார் என்பது திண்ணம்.

தமிழகத்துக்கு 'முகம்மது அலி' உலக குத்துச்சண்டைவீரர் வந்திருந்தபோது, எம்.ஜி.ஆர். முதலமைச்சர் பொறுப்பில் இருந்தும் நேரில் சென்று வரவேற்றதுடன் நல்லெண்ணத் தூதரின் விழா

மேடைக்குச் சென்று அவரை கட்டித்தழுவி பொன்னாடை போர்த்தி கவுரவித்தவர் எம்.ஜி.ஆர். காரணம், குத்துச்சண்டையை திரைப்பட மேடைகளில் நடித்துக்காட்டிய சண்டைக்கலை நடிகர் அவர் என்பதை தமிழகம் மறக்காது.

எம்.ஜி.ஆர் சினிமா காட்சிகளில் மட்டுமே காணமுடிந்த (சில பாண்டு படங்களிலும் காணலாம். ஆனால், அது எதிரியை மலிவாக மதிப்பிடுவது என்பதையும் உணரமுடியும்). அபூர்வக் காட்சி, எதிரிகளுடன் மோதும்போது அவர்கள் சமபலத்துடன் அல்லது ஈடுகொடுக்கும் வேகத்துடன் இருந்தால் அவர்களைப் பார்த்து புன்னகைக்கிற காட்சிகள் இருக்கும்.

பிற்காலத்தில் சிரிச்சுக்கிட்டே சண்டை போட அவர் என்ன எம்.ஜி.ஆரா? என்கின்ற சினிமா வசனங்கள்கூட உண்டு. ஏன்? எம்.ஜி.ஆரால் மட்டுமே சண்டையின்போது சிரிக்கமுடிந்தது. மற்றவர்களால் முடியவில்லை அல்லது முடியாது என்று கூறி விட்டார்களா? எம்.ஜி.ஆருக்கு எதிரியை வீழ்த்த வேண்டும் என்ற நோக்கம் கிடையாது. தான் எதிரியிடம் வீழ்ந்துவிடக் கூடாது என்பதில் இருக்கும் உறுதியுடன் எதிரியின் பலத்தையும் சண்டைசெய்யும் லாவகத்தையும் புரிந்துகொண்டுவிட்டார் என்று அர்த்தம். மேலும், இந்த நிலையில் தன்னுடைய பலம் மற்றும் தாங்குதிறன்மீது கொண்டுள்ள ஒருபோதும் தான் தோற்றுப் போகமாட்டோம் என்கிற சுத்தவீரனுக்கான நம்பிக்கைதான் அவரால் உயிர்பயச் சூழலிலும் எதிரியைப் பார்த்து சிரிக்கமுடிந்தது.

அதேபோல், கொடுமையான எதிரியிடம் கூட கனிவாக நடந்து கொள்வார். குறிப்பாக, இவர் முறியடித்தே தீரவேண்டிய எதிரிக்கும் கூட வாய்ப்பளிப்பார். ஆயுதத்தைத் தவறவிட்டுவிட்டாலோ ஆயுதம் இல்லாமல் இருந்தால் தன்னிடம் இருக்கும் இரண்டு ஆயுதங்களில் ஒன்றை எதிரிக்குக் கொடுத்து சண்டை செய்யச் சொல்வார். காரணம், இவருடைய நோக்கில் அவனைக் கொலை செய்ய எண்ணமில்லை.

கூடுதலாக ஒரு மனிதனைக் கொன்று தன் காரியத்தைச் சாதித்துக்கொள்ள வேண்டும் என்கிற வெறியும் கிடையாது தான் சொல்கிற அல்லது செய்கிற காரியம் நிச்சயமாக எல்லோரும் ஏற்றுக்கொள்ளக்கூடியதுதான் என்பதில் உள்ள நம்பிக்கை. அதனால் எதிரி ஆயுதம் இழந்துவிட்டிருந்தாலும் அவன் மனம்மாறாதபோது என்ன செய்வது? ஆனால் அவன் இறந்துபோவதைவிட அவன் திருந்துகிறவகையில் இன்னொரு வாய்ப்புக் கொடுத்து... அவ்வாய்ப்பும் அவன் விரும்புகிற வகையிலே கொடுத்துப் பார்த்து அவனது அகங்காரம் தகர்ந்திடும்வகையில் அவனைத் தொடர்ந்து தோற்கடித்து மனம்மாற காத்திருக்கும் அற்புதம் அது. இவை எல்லாம் சினிமாவில்தான். அந்த நிழல் அந்த மாயை. ஆனால் அது தமிழ் சமூகத்தின் அறம் 'நோக்கு வர்மம்' என்கின்ற கலையின் ஒரு அங்கம் அதைக் காணவேண்டும் எனில் எம்.ஜி.ஆர். சினிமா தவிர்த்து வேறுவாய்ப்பே இல்லை.

"அவரை வந்து என்னைப் பார்க்கச் சொல்." எம்.ஜி.ஆர். தனக்கு வேண்டியவரிடம் வேறு ஒருவரின் பெயரைச் சொல்லி அனுப்பும் செய்தி. பார்க்க முடிந்தால் அவருக்கு அதிர்ஷ்டம் என்பதாகவும், பேச்சைக் கேட்க முடிந்திருக்கிறது. ஆனாலும் ராமாவரம் தோட்டத்து வீட்டுக்கு வாயில் கதவுகள் இல்லை. இரண்டு பக்கமும் சுற்றுச் சுவர்கள் இல்லை. எனவே, வீட்டில் அவரைப் பார்ப்பது கடினமாக இருந்திருக்காது.

ஒருசமயம், இப்படியாக ஒரு சண்டைக் கலைஞரை பெயர் சொல்லிக் குறிப்பிட்டவரிடம் கேட்டிருக்கிறார். வியந்த அவர் அதிர்ச்சியூட்டும் இத் தகவலைச் சொல்லி இருந்திருக்கிறார். "அண்ணே! அவருக்கு இடுப்பிலே அடிபட்டு ஒன்னரை வருடம் படுக்கையிலேயே..."

"அடடே! அப்படியா சாப்பாட்டுக்கு இப்ப என்ன செய்கிறார்?"

"ரொம்பக் கஷ்டம் அண்ணே!" கண்ணீர் வடிக்காத குறையாகச் சொல்கிறார் நண்பர்." போய்ப் பார்க்கக்கூட முடியாத நிலைமைண்ணே நாங்க என்ன பண்ண முடியும்ணே"

"ஏன், எனக்குத் தகவல் சொல்லலே" உரிமையுடன் கோபிக்கிறார். எம்.ஜி.ஆர்..

"அது வேறே கம்பனிண்ணே..."

"அதனால் என்ன? நம்மகூட இருந்திருக்கிறார், நடிச்சிருக்கிறார். நம்ம ஏதாவது பண்ணலாம் இல்லே... சரி, நம்ம ஆளுங்க எல்லாரும் ஒருநாள் கூடுங்க. நீங்க உங்களுக்கு என்ன முடியுமோ அதை ஏற்பாடு பண்ணிட்டு வாங்க. அந்த அளவுக்கு நான் தர்றேன். ஏற்பாடு பண்ணிட்டு வாங்க... சொன்னது மட்டுமல்ல அவர்கள் ஏற்பாடு செய்த தொகையைக் காட்டிலும் இருமடங்கு தொகையை எடுத்துக் கொண்டு ஏனைய குழு நண்பர்களையும் உடன் அழைத்துக்கொண்டு முறியடிக்கப்பட்டுப் படுக்கையில் கிடந்த சண்டைக் கலைஞனை அவரது வீட்டுக்கே சென்று பார்த்துப் பணத்தைக் கொடுத்துவிட்டு வந்திருக்கிறார்!

வாழ்வுக்கும் சாவுக்கும் இடையில் சாகசம் புரிகிற திரைப்படச் சண்டைக்கலைஞன் எம்.ஜி.ஆர். இதுவெல்லாம் அல்லது இதுபோல் பலவும் ஊதிப் பெருக்கியது, ஊடகங்கள் கட்டியது விளம்பர யுக்தி என்பார்கள். ஆனாலும் இப்படி வேறுயாருக்குமே சொல்லப் படவில்லை என்பதுதான் எம்.ஜி.ஆரின் தனிச்சிறப்பு.

'ஆசைமுகம்' இன்றைய (Face off) சினிமாவுக்கு முன்னோடி, திரைப்படத்தில் தன்னைப்போல் முகத்தை மாற்றிக்கொண்டுவிட்ட எதிரி ராமதாஸ் மற்றும் அடியாட்களுடன் சண்டை. எண்ணிக்கையில் கூடுதலாகவும் மூர்க்கமாகவும் தாக்கும் அவர்களுடன் மோதுவதற்கு எம்.ஜி.ஆரிடம் ஆயுதம் எதுவும் கிடையாது.

ஜீப்பினுள் கிடந்த இரண்டு ஐந்து லிட்டர் ஆயில் கேன்களை எடுத்துக்கொண்டு இரட்டைக் கம்பு சுழற்றும்முறையில் சுழற்று சுழற்று என்று சுழற்றுவார். எடைக்குறைவானதும் உட்கூட்டில் காற்று அடைபட்டுக் கிடக்க எடைமிக்கதாக மாறி டொம்டொம் என்று அடிவிழும். அடிபட்டு ஓடும் ஒருவன் வியந்து பார்த்துவிட்டுத் தப்பி ஓடுவான். அந்த வியப்பு எனக்கு இன்னும் நீங்கவில்லை.

மு.சந்திரகுமார்

“சாவ்லின் மங்க்’ எனப்படும் குங்பூ கலை ஆசான்களும் “நின்ஜாஸ்” எனப்படும் சண்டைக்கலை வீரர்களும் கையில் கிடைத்த யாவற்றையும் சீட்டுக்கட்டுத்தாளில். ஒன்றைக்கூட ஆயதமாக்குவதைப் பார்த்துப் பழகிவிட்டேன். பாவாடை மறைவில் இருந்துவரும் உதையின் அழகைப் பார்த்து ரசித்து மகிழ்கிறேன். பௌத்தபிக்கு தான் அணிந்திருக்கும் உத்திராட்ச மாலையைப் பயன்படுத்தி எதிரியின் பட்டைவாளைக் கட்டிப்போடும் சாகசத்தில் மனம் லயித்துப் போகிறேன்.

இன்றைய நவீனத் தொழில்நுட்ப வசதிகள் இல்லாதபோது காட்சிப் படுத்தப்பட்ட பழைய கறுப்பு வெள்ளை சினிமாவில் ஆயில் டப்பா சண்டை எம்.ஜி.ஆரின் அதிசாகசம்தான். இப்படி புகழாரங்கள் எம்.ஜி.ஆருக்கு எப்படிச் சேரும். இயக்குநர் மற்றும் சண்டைக் கலை அமைப்பாளர்களுக்குத்தானே போய்ச் சேரவேண்டும் என்பதையும் மறக்கவில்லை.

அதேசமயம், தமிழ்த் திரைக்கலை சண்டைக் காட்சி அமைப்பாளர் மூத்தவர் ஆசான் ஸ்டண்ட் சோமுவின் பயிற்சிப்பட்டறையில் திறன் உருவேறியிருந்த எம்.ஜி.ஆர். அவருக்குப் பின்வந்த ஸ்டண்ட் மாஸ்டர்களுக்கு மூத்தவர் ஆகிறார். மேலும் அவர் நடித்த திரைப்படங்களுக்கு சண்டைக் கலை அமைப்பாளர்களை சிபாரிசு செய்யும் நிலைக்கு உயர்ந்துவிட்டவர். அவர் வாய்ப்பு அளித்ததால் வாய்ப்புப் பெற்றவர்கள்தான் ஆசான்களாக வலம்வந்த ஷாஹுல்அமீர், சிங், சங்கர், சியாம் சுந்தர், ராமகிருஷ்ணன் இன்னும் பலரும் இருக்கக்கூடும். இவர்கள் அனைவருமே ஆசான் சோமுவின் சண்டைக்கலைஞர்கள் குழுவில் பணியாற்றியவர்கள். ஆதலால் இயல்பாகவே தங்களுக்கு மூத்தவரான எம்.ஜி.ஆரிடம் மதிப்பும் பற்றும் கொண்டிருந்தார்கள். முத்தாய்ப்பாக கூறுவதென்றால் சோமு ஆசான் ஆர்.என்.நம்பியார் போன்றவர்கள் காட்சி அமைத்தால் தொண்ணூறு சதம் காட்சிகள் அவர்கள் விருப்பமாகவே இருக்கும். அடுத்து வந்தவர்கள் அமைத்த காட்சிகள் பெரும்பாலும் எம்.ஜி.ஆருடன் கலந்து பேசியே உருவாக்கப்பட்ட காட்சிகள் என்று உறுதியாகக் கூறலாம்.

எம்.ஜி.ஆரை வைத்துப் படம் பண்ணினால் அவர் கலைப் படைப்பில் தலையிடுவார் என்ற குரலை, குற்றச்சாட்டை நான் புறக்கணிக்கவில்லை. இரட்டை ஆயில் கேனை மறந்துவிடுங்கள்...

‘ராஜா தேசிங்கு’ திரைப்படத்தில் வரும் போர்க்காட்சியில் ஒரு கையில் கேடயமும், மறுகையில் தமிழர்களின் வளைந்து நீண்ட வாளையும் கொண்டும் கூட்டத்தின் மத்தியிலிருந்தபடி, மண்டியிட்டுச் சுழலும் அற்புதம் உலகின் எந்தத் திரைப்படங்களிலும் பார்க்க முடியாத காட்சி.

வரலாற்றில் பாரத துணைக் கண்டத்தில் புகழ்பெற்ற நாயகர்கள் ஐவரில் ஒருவரின் மகனான அபிமன்யு, போர்க்களத்தில் வீர மரணம் அடையும் காட்சியைப் படித்தவர்கள் மற்றும் கேள்விப்பட்டவர்கள் யாரும் மறந்துவிட முடியாது. இலக்கியம், போர்க்கலை என்றால் என்னவென்று தெரியாதவர்கள்கூட சக்கரவியூகத்தில் சிக்குண்ட அபிமன்யு வெளியேற முடியாமல் இறந்துவிடுவதாகவும், சகுனியின் திட்டம் என்றெல்லாம் சொல்லிக்கொள்வதைக் கேள்விப்பட்டிருப்போம்.

இதுவரையிலும் சக்கர வியூககாட்சியை முறைப்படி படம்பிடித்த சினிமாக்களை நான் பார்க்கவில்லை. தொலைக்காட்சித் தொடர்களைப் பற்றி இங்கே நான் குறிப்பிடாததன் காரணம் சினிமாவை இழிவுசெய்யும் எதையும் நான் எழுத விரும்பவில்லை என உறுதிகூறுகிறேன்.

யுத்த கலையின் மேதாவிலாசம் கூறுவது என்னவென்றால், கூட்டம் எவ்வளவு பெரிதாக இருந்தாலும் எதிரிகள் எண்ணிக்கையில் எத்தனைபேர் இருந்தாலும் ஒரு மனிதனைச் சுற்றி நான்கு பேர்தான் நிற்கமுடியும். அவர்கள் கைகளில் ஆயுதங்கள் இருந்தால் அதன் நீளத்திற்கு ஏற்ப தூரத்தில் இருப்பார்கள். மையப்படுத்தப்பட்டவரின் தாங்குதிறன் தாக்கும் வேகம் பொறுத்து சண்டை அமையும்.

மையத்தில் நிற்பவர் சுற்றி நிற்கும் நால்வரில் எவராவது ஒருவரை வீழ்த்திவிட்டு அந்த திசையில் தப்பலாம். உயிர்காத்துக்கொள்ள வேண்டுமானால், ஒரே இடத்தில் நின்று சண்டை செய்யக் கூடாது. சதாவும் இடம் மாறவேண்டும். எதிரிகளை ஒரு பக்கமாகத் திரட்டினால் பின்வாங்கவும் ஏதுவாக இடம் கிடைக்கும்

எம்.ஜி.ஆர். திரைப்பட சண்டைக் காட்சிகளில் அங்கும் இங்கும் .தாவும் நாயகன் சுற்றிச் சுழன்று பக்கவாட்டில் சந்துபொந்துகளில் புகுந்து எதிரிகளை ஒரு பக்கமாகத் திரளச் செய்து மறுபக்கமாகத் தப்பியோடுவார் அல்லது அத்தனைபேரையும் மொத்தமாகப் பின்வாங்கும்படி இரண்டு காலடிகளையும் லாவகமாக மாற்றி மாற்றி வைத்துச் செயல்படுவார். திடீரென்று கூட்டத்தில் ஒரு பிளவை ஏற்படுத்தி ஊடுருவிக் கடந்துசென்று திரும்பித் தாக்குவார். குறுகலான இடத்தினுள் கையில் ஆயதங்களுடன் அதிகமானோர் சுழன்று திரும்பமுடியாது. அப்படித் திரும்பினால், சக நண்பர்களைத் தாக்க வேண்டியவர்ளாகிவிடுவார்கள். அத்திணறலுக்குள் நாயகன் பலமாகத் தாக்கிவிடுகிறான் அப்படியே தப்பிவிடுகிறான். பெரும் கூட்டத்தினுள் ஒற்றையாக இருப்பதே அவனது வெற்றிக்குச் சாதகமாகவும் அமைந்துவிடுகிறது.

ஆனால், அவ்வப்பொழுது கூட்டத்தை ஊடுருவிக் கடக்கும் அற்புத ஆற்றல் பெற்றிருக்க வேண்டும். எதிராளிகள் ஒவ்வொருவனாக வீழும்பொழுது பெரும்கூட்டம் அந்தக் காலியிடத்தை நிரப்பி.விடும். மனிதன் இயந்திரம் அல்லவே. சிறிதுநேரத்தில் அல்லது சற்றே தாமதித்து நிச்சயம் களைப்படைந்துவிடுவான். கை கால்கள், தளர்ந்ததும் குத்தப்படுவதும் கைது செய்யப்படுவதும் சாத்தியமாகிவிடும்.

ஆக, அபிமன்யுவிற்கு ஊடுருவிக் கடந்துசெல்லும் போர்முறை தெரியாது என்பதைத் தெரிந்துகொண்டதுதான் சகுனியின் கூர்அறிவு. பாரதப் போரில் வாளெடுத்துப் போர்புரியாத காந்தார இளவரசனான சகுனி, களத்தில் நின்று போரின் நிலவரத்தைக் கண்ணுறுகிறான். எதிரியின் திறன் மற்றும் பலவீனத்தைக் கணிக்கிறான். அர்ச்சுனன் களத்தில் இல்லாத நாள்பார்த்து சக்கரவியூகம் அமைக்கும்படி உத்தரவிடுகிறான்.. நாயகனை அல்லது குறிப்பிட்ட மனிதனை மையப்படுத்தியபடி சுற்றி நான்குபேர் ஆயுதத்துடன் நிற்க, அவர்களைச் சுற்றிலும் எட்டுப்பேர், அவர்களை சுற்றிலும் பதினாறு அடுத்து முப்பத்திரண்டு பேர் கொண்ட இறுதிச் சுற்று வளையத்தினை உருவாக்குகிறார்கள். ஒவ்வொரு வளையத்திலும் உள்ளவர்கள் எதிரெதிர் பக்கங்களில் சுற்றி வருவார்கள். இரண்டாவது சுற்றில் இருப்பவர்கள் கடிகாரச்சுற்று என்றால் அதற்கு அடுத்து இருப்பவர்கள் அதற்கு எதிர்திசையில் சுற்றிவருவார்கள். முதல் சுற்றில் நால்வரில் ஒருவன் வீழ்ந்தவுடன் அடுத்த சுற்றில் இருக்கும் ஒருவன்அந்த இடத்தை நிரப்பி விடுகிறான். களைப்புற்றவர்கள் பின்வாங்கி அடுத்தடுத்த சுற்றுகளினுள் சேர்ந்து ஓய்வெடுக்க முதல் சுற்றில் எப்பொழுதும் புத்துணர்வு கொண்ட நான்குபேர் தாக்கிக்கொண்டே இருப்பார்கள். மையத்திலுள்ளவர் தனது தாங்கு திறனை கணக்கில் எடுத்துக்கொண்டு தக்க சமயத்தில் முப்பத்திரண்டு நபர்கள் சுழன்றபடி இருக்கும் தூரத்தைக் குறுக்குவெட்டாக கடக்க வேண்டும்.

மையத்திலிருப்பவர் நிற்கும் இடத்திலிருந்து சுமார் அறுபது அடியிலிருந்து அதற்கும் சற்றே கூடுதலான அல்லது சற்றே குறைவான தூரத்தைக் குறைந்த நேரத்திற்குள் கடக்க வேண்டும். அப்படிக் கடக்கும்முறை அபிமன்யுவிற்குத் தெரியாது என்பது உறுதி. மேலும் இளைஞன் போர்அனுபவம் இல்லாதவன். தன்னுடைய பலத்தையும் தாங்குதிறனை மட்டுமே நம்புபவன். சரி, போகட்டும்.

இப்படியான சக்கரவியூகக் காட்சியை எம்.ஜி.ஆர். சினிமா தவிர்த்து வேறு எந்த திரைப்படத்திலும் துல்லியமாகக் காட்சிப்படுத்தப்படவில்லை. ஏன், எம்.ஜி.ஆர். படசண்டைக் காட்சிகளில் அப்படியான காட்சிகள் மிக மிகச் சாதாரணமாக அமைக்கப்பட்டது. அதற்குக் காரணம், எம்.ஜி.ஆருக்கு சிலம்புச் சண்டை தெரியும். அனைத்து ஆயுதச் சண்டைகளுக்கும் மூல ஆதாரமாக இருப்பது தமிழரின் சிலம்புச் சண்டைக் கலை. இச்சிலம்புச் சண்டை இரண்டு வீடு கட்டமைப்பு நான்கு, ஆறு, எட்டு, பதினாறு தென்மாவட்டங்களில் பதினெட்டு வீடு என்ற வகைகளில் கட்டமைப்புகள் உள்ளன. கொங்குக் கலையில் எட்டாவது வீடாக ‘படைவீச்சு’ என்கிற ஒருமுறைமை உள்ளது. தென்மாவட்டங்களில் தொடங்கும்போதே படைவீச்சில் துவங்கி பின் படிப்படியாகச் சுழன்று எட்டாவது வீடு பதினாறு முடிவில் பதினெட்டாம் வீடு. படைவீச்சிலேயே முடிப்பார்கள். இந்த படைவீச்சு தாக்குமுறை சிலம்புக் கலையில் இயல்பாகவே இருப்பதினால், அதுவும் சூழலுக்கேற்றபடி மும்முறை படைவீச்சுத் தாக்குமுறை பயிற்சிமுறையின்போதே வந்துவிடுவதால் முறையாக சண்டைக்கலையை காட்சிப்படுத்தியதில் தன்னியல்பாகவே அமைந்துவிட்டது.

எம்.ஜி.ஆர். என்னும் கலைஞனுக்கு சினிமாமூலம் வரலாறு கொடுத்த வாய்ப்பாக அமைந்துவிட்டது. ஒருவருக்கு ஒருவர் நேரடியாக மோதும்போது 'படைவீச்சு' பயன்படுத்துவது தேவையே இருக்காது.

'தாயைக் காத்த தனயன்' சினிமாவில், கோயில் திருவிழா போட்டி சாண்டோ சின்னப்பத்தேவர் எம்.ஜிஆர் அதிவேகத்தில் மிகக்கடுமையான பலத்துடன் மோதிக்கொள்ளும் சிலம்புச் சண்டையில். வலது இடது, மேல், கீழ் (கணுக்காலைத் தாக்க) முன்பின் இரண்டே வீடு முறைப்படி சண்டை நடக்கும் காமிரா கண்களுக்குச் சிக்காத சிலம்பின் வேகம் இரண்டு அல்லது மூன்று கோணங்களில் இருந்து மட்டுமே எடுத்த காட்சிகள். நாகேஷுக்குப் பதில் எம்.ஆர்.ராதா குதித்துக் கும்மாளம் அடித்து மாப்பிள்ளை நாயகனை உற்சாகப்படுத்திக்கொண்டே இருப்பார் மிகச் சிறப்பான இக்காட்சியில் இருவருக்குமே அடிவிழுவதில்லை. நீண்டநேர சண்டையினால் ஏற்பட்ட களைப்பில் பிடி தளர்ந்து வில்லனின் அடியாள் தேவரின் கைக்கம்பு கீழே விழுந்துவிடுகிறது. சாண்டோவுக்கு மறுபடியும் கம்பை எடுக்கக்கரங்கள் துடிக்கும். போட்டி மரபில் அதற்கு அனுமதி இல்லாததால் விக்கித்து நிற்பார். நாயகன் மூச்சிரைக்க உடலெங்கும் வியர்த்துக்கொட்ட கம்பின் அதிர்வைத் தாங்கியதில் வலிக்கும் உள்ளங்கைகளை வருடியபடி அழுத்திக் கொடுத்துக்கொண்டு தன்னுடைய கம்பை நிலத்தில் ஊன்றி, அதன்பலத்தில் லேசாகச் சாய்ந்து நிற்பார். தமிழனின் கைக்கம்பு எப்படி எல்லாம் பயன்படுத்தப்பட்டிருக்கிறது!

சக்கரவியூகம்போல் சுற்றிவளைக்கப்பட்ட ராஜாதேசிங்கு சினிமாபோர்க்காட்சியில் எத்தனைமுறை படைவீச்சு முறையில் எம்பிக் குதித்துச் சுழன்று தாவுகிறார் என்பதைக் கண்டுகளித்து வியப்பதுடன் ஒற்றைக்கொற்றை மோதலில் 'மதுரையை மீட்ட சுந்தரபாண்டியன்' சினிமாவில் வீரப்பனுடன் அரண்மனை மணிமண்டபத்தினுள் நாயகன் எம்.ஜி.ஆர். வாள்போர் புரியும் காட்சி மிகவும் குறிப்பிடத்தக்கது.

நீண்டநேரமும் மண்டபம் முழுவதுமாகச் சுற்றித்திரிந்தும் துரத்தியும் பின்வாங்கியும் நடக்கும் இச்சண்டைக் காட்சியில் பரந்த மார்பும் கனத்த கரங்களும் கொண்ட வீரப்பனும் சளைத்தவரல்ல என்பதை உணரமுடியும். இருவருக்குமிடையில் மட்டுமே தனித்து நடக்கும் இப்போரில், சுழன்று தாக்கும் படைவீச்சுமுறையை இருவருமே பயன்படுத்தியிருக்க மாட்டார்கள். ஏனென்றால் அதற்குத் தேவையே ஏற்பட்டிருக்காது.

'மகாதேவி, திரைப்படத்தில் தளபதி பதவிக்காக இருவருக்குமான நீள்குத்துக் கத்தி மோதல் சிறப்பானதாகவும், முறையானதாகவும் இருக்கும்.

புரட்சி நடிகர் எம்.ஜி.ஆர் அவர்களுக்கு 'பாரத் பட்டத்தை' பெற்றுத்தந்த வெற்றி படம்

சக்கரவர்த்தி திருமகன்இல் இருவரும் இரண்டிரண்டு கத்திகளுடன் மோதிக் கொள்வார்கள். இருவருமே முறை தப்புவார்கள் அல்லது மாற்றுவார்கள். மிக நீண்டநேரம் நடக்கும் இச்சண்டைக் காட்சியில் இருவருக்கும் காயம்படுவதில்லை. ஆனால் தாங்குதிறன் குறைந்து வீரப்பன் தள்ளாடும்போது, தனது சக்தியை திரட்டிக்கொண்டு எம்.ஜி.ஆர். துள்ளலுடன் கூடிய குதியோட்டத்தில் அதிரடியாகத் தாக்கியபடி முன்னேறி எதிரியை மேலும் களைப்படையச் செய்வார். உண்மையில், நடந்து கொண்டிருப்பது நீள்குத்துக் கத்தி சண்டை ஆனால், குறிப்பிட்ட அந்த இரு தாக்குதல்களும் எம்.ஜி.ஆர்.. சண்டைமுறையையே மாற்றி நான்கடி நீள இரட்டைக்கம்பு (of stick) தாக்குதல்முறையைக் கையாள்வார். கலையின் வரையறைகளை மீறுவதற்குக்கூட சரியான நேரத்தைத் தேர்ந்தெடுத்ததில்தான் பார்வையாளர்களின் நெஞ் சங்களைக் கவர்ந்து கொண்டுவிட்டார். எம்.ஜி.ஆர்., ஆம் வீழமறுக்கும் வலிமையான எதிரியை அதிரடியாகத்தான் வீழ்த்துகிறார். எதிரி வீழ்ந்தவுடன், தாறுமாறாகச் சுவாசித்தபடி வெடிக்கத் துடிக்கும் நெஞ்சு, ஏறி இறங்க வாயைத் திறந்து சுவாசித்தபடி கத்தியைக் கீழே ஊன்றித் தன்னை ஆசுவாசப்படுத்திக்கொண்டு கம்பீரமாக நின்று அளவாக வெற்றிப்புன்னகை புரிவார். தன் கலைநேர்த்தியில் அழகியலைக் கையாண்டதில் அழகாகத் தெரிந்த பேரழகன் எம்.ஜி.ஆர்..

சினிமா, நாடகம் மற்றும் பயிற்சி நேரங்களில் அட்டைக் கத்திகளைப் பயன்படுத்துவது என்பது இயல்புதான். ஆனால் எம்.ஜி.ஆர். சினிமாக்களில் தொண்ணூறு சதவீதம் அது தவிர்க்கப்பட்டிருக்கும். ஏனென்றால் ஆயுதத்தின் எடை கூடினாலும், குறைந்தாலும் அதன் வீச்சு வேகம் மாறுபடும். அப்படி மோசமான காட்சிகளை எம்ஜிஆர் விரும்பி இருக்கவில்லை அல்லது காட்சி நன்றாக அமையாது என்று

கூட அவர் நினைத்திருக்கலாம் அவ்வளவு தத்ரூபக் காட்சிகள் எம்.ஜி.ஆர். நம்பியார் சண்டைக் காட்சிகளில் குழுமோதலில் பங்கெடுத்து நடித்தபோது, காயம்பட்ட கலைஞர்களை அவர்களது காயத் தழும்புகளைப் பார்த்துப் பரவசமடைந்து உறவாடி உரையாடி வணங்கி விடைபெற்றிருக்கிறேன். மேற்படி இருவரும் பல படங்களில் மோதியிருந்தாலும் 'கலை அரிசி' திரைப்படத்தில் வரும் கத்திச் சண்டையே அதிவேகமானதும் நுட்பமானதும் சீரானதும் ஆகும்.

எம்.ஜி.ஆருடைய அரசியல் வருகையின்போது பல வண்ணப் படங்களுக்குப் பின்னர் அவர் காக்கிச் சீருடை அணிந்து தோட்டத் தொழிலாளர் ஒற்றுமை மற்றும் அவர்கள் நலன்பேசி நடித்த சற்றே அலுப்பூட்டும் லட்சியவாத சினிமா 'அன்னமிட்டகை' இப்படத்தில் நினைவில் நிற்கும் அற்புதக்காட்சி சிலம்புச் சண்டை, நானே நினைத்துக்கொள்வேன். திரைக்கதையின் ஓட்டத்தில் தொய்வு தோன்றி யிருக்கவேண்டும். அதனால், எப்படியாவது காட்சியில் சூடேற்ற அவர் இசண்டையைத் தேர்வு செய்திருக்க வேண்டும். சும்மா அவர் விருப்பத்துக்குப் புகுந்து விளையாடியிருப்பார்.அவருடைய மற்றைய திரைப்படங்களில் பார்க்கமுடியாத காட்சி சுமார் நூறு மீட்டர் தூரத்திற்கு ஆட்களைக் கம்புடன் நிறுத்தி வைத்துக்கொண்டு இந்தக் கடைசியில் நுழைந்து அந்தக் கடைசிவரை கத்தரிவெட்டு மற்றும் படைவீச்சுமுறையை மட்டுமே பயன்படுத்தி முன்னேறுவார். காமிரா அவரது முதுகுப்புறத்தில் இருந்தே இயங்கியிருக்கும்.ஆனாலும் அவரே சுழற்றுகிறார் என்று உறுதி கூறமுடியும். அவருக்கும் சண்டைக் காட்சிகளில் 'நகலியை' டூப் பயன்படுத்தியிருக்கிறார்கள். எம்.ஜி.ஆருக்கு எண்பது சதம் 'நகலி'யாக நடித்தவர் 'கரடிமுத்து' என்கிற சண்டைக் கலைஞர்.பல படங்களில் தூரக்காட்சிகளின்போது நகலிகளாகப் பலரும் நடித்திருக்கிறார்கள். அழகிய வில்லன் ஆனந்தன், கவர்ச்சி வில்லன் கண்ணன், ரி.றி ராமகிருஷ்;ணன் (நீரும் நெருப்பும் உள்ளிட்ட பலபடங்களில் இரட்டைவேடக் காட்சிகளில் எம்.ஜி.ஆருக்காக நடித்தவர்) ஆறு முதல்வர்களுக்குக் காரோட்டியாக இருந்தவர் என்று புகழ்பெற்ற காளியப்பன், தென்னிந்திய திரைப்பட வாகன ஓட்டிகள் சங்கத்தின் முன்னாள் தலைவர் மற்றும் அமைப்பாளர்களில் ஒருவர் ஏனையோர் குறிப்பிடத்தக்கவர்கள்.

எம்.ஜி.ஆர்.தான் நடித்துக் கொடுக்கப்படவேண்டிய காட்சிகளுக்கு நேரம் ஒதுக்க முடியாதபோது பல தயாரிப்பாளர்கள் கரடிமுத்துவைப் பயன்படுத்தி ஏராளமான காட்சிகளைப் படம்பிடித்து விடுவார்கள். பல சமயங்களில் ஏதேனும் சிலபல காரணங்களுக்காக 'கரடிமுத்து' படப்பிடிப்பில் கலந்து கொள்ள மறுத்து வீட்டில் இருந்தபோது புகழ்பெற்ற தயாரிப்பாளர்களின் படநிறுவன மேலாளர்கள் கரடிமுத்து வீட்டில் காத்திருப்பார்களாம். அந்தளவுக்கு அவர் எம்.ஜி.ஆரின் உடல்

அசைவுக்குப் பொருந்திப் போகும் அளவிற்கு நடித்துப் பாராட்டுப் பெற்றிருக்கிறார். எம்.ஜி.ஆர். சண்டைக்குழுவில் இருந்த அவர், கடைசி வரையிலும் தன் நாயகனின் விசுவாசியாகவே இருந்திருக்கிறார்.

ஆனால், எனது பார்வையில் எந்தெந்தக் காட்சியில் நகலியைக் கொண்டு படம்பிடித்துள்ளார்கள் என்று கணித்துவிடுவேன். அழகிய வில்லன் ஆனந்தன் தனித்துப் புகழ்பெறும் முன்னர் பலமுறை எம்.ஜி.ஆருக்கு நகலியாக நடித்துள்ளார் என்பதும் வாள்போரில் லாவகமும் நளினமும் கைகூடி வரப்பெற்ற கலைஞர் என்பதாகவும் உணர்ந்துள்ளேன்.

ரிக்ஷாக்காரன் திரைப்படத்தில் ரிக்ஷா ஓட்டியபடி சிலம்புச் சண்டை செய்து சாதனைபுரிந்த எம்.ஜி.ஆர். அக்காட்சிப் படப்பிடிப்பின்போது ஒரே இடத்தில் ரிக்ஷா சுற்றிவர தலைசுற்று என்கிறமுறையை மட்டுமே பயன்படுத்தியிருப்பார். பக்கவாட்டில் சுழற்றும் கத்தரிவெட்டு அல்லது தோளிலும் காலிலும் திரும்பத் திரும்பத் தாக்கும்முறையை அந்த இடத்திற்குச் சாதமாக ரிக்ஷாவின் பின்பக்கச் சக்கரங்களின்மீது மோதிவிடாமல் அகண்டவாக்கில் லாவகமாகச் சுழற்றி சாகசம் புரிவார். உண்மையில், அந்தமுறை மூன்றடி அகலமும் நீளமுமான சந்துகளுக்குள் மட்டுமே பயன்படுத்தும் அடிமுறை, எதிரிகள் முன்னேறி நெருக்கத்தில் நின்று தாக்கும்போது குனிந்தும், மண்டியிட்டும், நின்ற இடத்தில் சுழன்று தாக்கும்முறை தலைசுற்று மற்றும் கிரிசுற்று முறைகள் ‘படகோட்டி’ படத்தில் மிக

அண்மைக் காட்சியில் காட்சிப்படுத்தப்பட்டிருக்கும். காமிரா கீழிருந்து காட்சிப்படுத்தியிருக்கும் கம்பு காமிராவில் பட்டுவிடாமல் எப்படி படம் எடுத்தார்களோ? அந்த முறைகளை ரிக்‌ஷாவை ஓட்டியபடி மேல்நோக்கிப் பயன்படுத்தியிருப்பார் எம்.ஜி.ஆர்..

அதே திரைப்படத்தில் தமிழினம் பெருமைகொள்ளும்முறைமையில் ஆய்ந்து அறிந்து கண்டறிந்ததும் பயணத்தின்போது எடுத்துச் செல்வதற்கு ஏதுவாக எடையற்றும் கூர் நகங்களும் கொடும்பற்களும் கூடிய எடையும் வேகமும் மிக்க விலங்குகளின் கூட்டத்தையும் காயப்படுத்தி அச்சுறுத்தி ஓட வைத்துவிடக்கூடியதும் குதிரைப் படைவீரர்களும் நெருங்கமுடியாததும் தூரத்தில் நின்று தாக்கும் விற்படைகளின் அம்பு மழையிலிருந்தும் சுழற்றிக்கொண்டு இருக்கிற மனிதனைப் பாதுகாத்துவிடும் அற்புதமானதும், அபாயகரமானதுமான ஆயுதம் சுருள்வாளைப் பயன்படுத்தி சண்டை செய்வார் எம்.ஜி.ஆர். இந்த ஆயுதத்தை உலக சினிமாக்களில் சிறப்பாகக் கையாண்டவர்கள் இவர் தவிர்த்து யாரும் இல்லை.

தமிழிலும், தெலுங்கிலும் பலரும் கையாண்டு இருந்தாலும் கலைநுட்பமோ, செயல்நேர்த்தியோ இருக்காது. ஒரு சீன சினிமாவில் ஒற்றை பட்டை உலோகத்தாள் பயன்படுத்தப்பட்டிருக்கும். சீனச் சண்டை சினிமாக்களில் மிக நேர்த்தியாகப் பல்வேறு ஆயுதங்களை பயன்படுத்தி இருந்திருக்கிறார்கள். தமிழரின் சுருள்வாள் ஐந்து பட்டை ஐந்தடி நீளம் ஏழு பட்டையில் ஒவ்வொரு பட்டையும் ஐந்தடியில் துவங்கி ஏழடி நீளம்வரை நீண்டிருக்கும். அதன்முனைகள் பட்டைப் பரப்பிலேயே கொக்கிபோல் வெட்டப்பட்டிருக்கும் அதிவிசையுடன் சுருங்கி விரியும் சுருள்வில் தன்மையுடன்கூடிய ஆயுதத்தை எந்தவொரு சீனத் திரைப்படங்களிலும் பயன்படுத்தியிருக்கவில்லை. ஆதலின் அவர்களிடம் அப்படியான ஆயுதம் இருந்திருக்கவில்லை என உறுதியாக அறியலாம்.

அப்படியான அதிபயங்கரமான ஆயுதம் இப்பொழுது ஊருக்குள் கூட அதிகம் இல்லை. பாரம்பரிய போர்க்கலைகளைப் பயிற்றுவிக்கிற 'பட்டி' என்றழைக்கப்பட்ட தொன்மத் தொடர்ச்சியுடன் கூடிய சில போர்க்கலை (தற்காப்புக் கலைகள் என்றே பெயர் சூட்டியிருப்பார்கள்) பயிற்சிப்பட்டறைகளில் மட்டுமே இருந்து கொண்டிருக்கிறது.

அப்படியான ஆயுதத்தைப் பயன்படுத்தி சண்டை செய்வார் எம்.ஜி.ஆர்.. காட்சிப்படி, எதிரியின் முகாமிற்குள் நுழைந்து குற்றவாளியைக் கண்டுபிடிக்க வேண்டும். கதைப்படி, ரிக்‌ஷா ஓட்டித் தொழில்செய்யும் நாயகன் காவல்துறையினரின் ஆதரவோடு திட்டமிட்டு மாறுவேடம் அணிந்து தன் சகாக்களுடன் கூடி உறுமி மேளம் அடித்தபடி ஆடும் கலைக்குழுவினனாக உள்நுழைவார். பாரம்பரியமுறையில் முழங்கால் வரையிலுமான இறுக்கிய வேட்டியை

கோவணம்போல முறுக்கிக் கட்டியிருப்பார். தலைக்குடுமியும் கிடாமீசையுமாக பூசாரியைப்போல் இருப்பார். சிற்றிடையழகி ஜோதிலட்சுமியுடன் ஆடும் நடனத்திற்குப்பின் தனித்துப் பிரிந்து அனுமதிக்கப்பட்ட இடம் கடந்து செல்வார்.

அங்கே மேல்தளத்தில் விசேடமாக அமைக்கப்பட்ட இடத்தில் நிற்கவும், தளம் அப்படியே நிலைகுலைந்து தலைகீழாகப் புரண்டுவிடும். கணப்பொழுதில் சுதாரித்துக்கொள்ளும் நாயகன் கீழே விழாமல் தளத்துடன் இறுகப் பிணைக்கப்பட்டுள்ள நாற்காலியின் கைபிடியைப் பிடித்து தொங்கியபடி இடையிலிருந்து பட்டையான வாரினை எடுத்துக் கைப்பிடியில் கட்டித் தொங்கிக் கீழே இறங்குவார். சுருங்கி விரியும் தன்மைகொண்டதாக(எலாஸ்டிக்) அப் பட்டைவாரை சரியான இடத்தில் அறிமுகப்படுத்தியிருப்பார்.

கீழ்த்தளத்தில் காலூன்றியதும், அவரைச் சுற்றிலும் எதிரிகள் பாய்ந்தோடி வருவதைப் பார்த்ததும் இடுப்பைச்சுற்றி ஒட்டியாணம்போல் கட்டியிருந்த பட்டையான உலோகவாளை உருவியெடுப்பார்.

ஏனைய சண்டைகளுக்கு வாய்ப்புள்ளபடி நிதானம், போக்குக் காட்டுதல் போன்ற எந்த ஒரு நிலைக்கும் வாய்ப்பே தராதது “சுருள்வாள்” ஆயுதம் விரிந்து சுருங்கும்தன்மையில் அதன் உலோக வார் உருவாக்கப்பட்டு இணைத்து வைக்கப்பட்டிருக்கும். சுழற்றும் விசை வேகத்தில்தான் நீளும். விசைவேகம் குறைந்தால் சுருண்டு கொள்ளும். சுருண்டு கொள்ளும்போது அதிவேகத்தில் சுருங்கி கை மணிக்கட்டு மற்றும் சுழற்றுபவரையே காயப்படுத்திவிடும்.

ஏழடி நீளத்தில் ஏழுபட்டை சுருள்வாள் கைக்கம்பின் எடையை காட்டிலும் எடை கூடுதலாகிவிடும். ஆக, சுழற்றுபவர் அதன் எடையை அனுமானித்துக்கொண்டு விசைவேகத்தின் அளவையும் கட்டுப்படுத்திக்கொள்ள வேண்டும். இல்லைஎன்றால் சுருள்கத்தி விரியும் வேகத்தில் மைய எடையாக நிலைகொண்டு நிற்கவேண்டிய சக்தி அதிவேகத்தில் சுழன்று கொண்டிருப்பதால் எடையற்ற மைய விலகல் நிலையை அடைந்திருக்கும். இப்பொழுது வெளிமுனை விசைவேக நிலையில் உள்ளதால் மைய நிலையைத் தகர்த்துத் தன்போக்கில் இழுத்துச் சென்று சுற்றுபவரையே தலைகுப்புறக் கவிழ்த்துவிடும். சண்டை என்றாலே நிலைகுலையாத நிதானமும் எதிரியை விஞ்சும் வேக இயக்கமும்தான்.

அப்படிப்பட்ட நிலையில், சுருள்வாளினை சுழற்றுபவர் நிதானமும் வேக அசைவுகளுடனும் இயங்க வேண்டும். அதற்குக் கடும்பயிற்சி வேண்டும். சுருள்வாளுக்கு என்று தனிப் பயிற்சிமுறைகள் கிடையாது. சிலம்பு சுழற்றுவதில் திறமைமிக்கவர்கள் மட்டுமே சுருள்வாள் வீச்சு என்னும் சண்டையைச் செய்யமுடியும்.

சிலம்புக்கும் விசைவேகம் உண்டு. ஆனால் அதன் பிடியை கம்பின் எந்த ஒரு பகுதிக்கும் சுழற்றுபவர் மாற்றிக்கொள்ள முடியும். மேலும் நிலைகுலைவு ஏற்படும்போது கம்பை நிலத்தில் ஊன்றி நிலையை சீராக்கிக்கொள்ள முடியும். சுருள்வாளை அப்படிப் பயன்படுத்த முடியாது. கம்பு எதிரி ஆயுதத்துடன் மோதியவுடன் தடுக்கப்பட்டுவிடும் தொடர்ந்து எதிர்ப்பக்கமாக இயக்க வேண்டும். உடலில் மோதினாலும் தடுக்கப்பட்டுவிடும். எதிரியக்கம் தேவைப்படும். ஆனால், சுருள்வாளை எதிரியின் ஆயுதமோ, உடலோகூட தடுத்து நிறுத்தாது. தடைப்படுத்தப்பட்ட இடத்தில் உலோக வார் வளைந்து கொடுத்து விலகி, வீச்சு திசையிலேயே இயங்கும். அதனால், சுழற்றுபவர் சுழற்றச், சுழற்ற வேகம் கூடுதலடையும். மனித ஆற்றலை விஞ்சும்போது மைய இருப்பைப் பெயர்க்கும் ஆற்றலுடன் மனிதனைக் கீழே இழுத்துத் தள்ளிவிடும். எதிரிகள் வாய்ப்பைப் பெற்றுவிடுவார்கள். ஆம்! இது மனிதர்களை அலலது பிற உயிர்களைக் கொல்லாது. ஆனால் தொட்ட இடங்கள் எங்கும் கீறல்களையும் நகக்கண் அளவிலான ஆழமுள்ள காயங்கள் மட்டுமே ஏற்படும். வலிக்கச் செய்யும். அச்சுறுத்தும்.

அபூர்வமாக அதன் நுனியில் உள்ள சுண்டுவிரல் நக அளவுள்ள இடைவெளி வளைவில் கழுத்து சிக்கும்போதும், அடிவயிற்றில் வகையாக மோதி ஆழ்காயத்தை உண்டாக்கும்போதும் குடல் சிக்கிக் கொண்டால் சுழற்றும் வேகம் காரணமாக உருவி இழுத்துக் காற்றில் வீசித் துண்டுதுண்டாக அறுத்துவிடும். இதுமிக மோசமான அபரிமிதமான ஒரு நிகழ்வாக மட்டுமே இருக்கும். மற்றபடிக்கு இது

முழுக்கவும் தற்காப்பு ஆயுதம் மட்டுமே. லட்சியவாதமற்ற கூலி அடியாட்களை அச்சுறுத்தவும், காட்டுப் பகுதிகளில் கூட்டமாகவும் தனித்தும் தாக்கும் கொடும் விலங்குகளை அச்சுறுத்தி விரட்டிவிடவும். பயன்படும். ஏனென்றால் லட்சியவாத மனிதர்கள் தவிர்த்து யாரும் காயங்களை விரும்புவதில்லை. மேலும் விலங்குகளுக்கு மருத்துவமனைகள் கிடையாது என்பதால் அவை தாங்கள் காயப் படுவதை எப்பொழுதும் விரும்புவதில்லை. தொன்று தொட்டு வாழ்ந்துவரும் தமிழ்ச் சமூகம் எப்பொழுது இப்படி ஒரு அற்புத ஆயுதத்தைக் கண்டுபிடித்ததோ!

சங்க இலக்கியங்களில், சிலப்பதிகாரத்தில் ஏதோ ஓரிடத்தில் சுவற்றில் ஆழப் பதியப்பட்டுத் தொடர்ந்து சுழன்றுகொண்டு இருக்கும் சுருள்வாள்கள் பற்றி குறிப்பிடப்பட்டுள்ளது. அதை எப்படித் தொடர்ந்து சுழலச் செய்தார்கள்? மதில்சுவர்களின் மறுபுறம் மனிதர்கள் நின்று கொண்டு சுழற்றியிருக்கக்கூடும். சுவற்றில் ஏறுபவர்களை கவ்வித் தூக்கிச்செல்லும் தக்கைகள் குறித்தும் வர்ணிக்கப்பட்டுள்ளது.

மூன்று முனைகள்கொண்ட சங்கிலியின் ஒருபக்கம் இணைக்கப் பட்டிருக்க அதன் மறுமுனைகளில் கைமுஷ்டி அளவு உருண்டையான உலோகப் பந்து உட்பக்கம் வெற்றிடக் குழியானது இணைக்கப்பட்டிருக்கும். இதைச் சுழற்றி தூரத்தில் ஓடிவந்து கொண்டிருக்கும் அல்லது போய்க்கொண்டு இருக்கும் மனிதர்களை நோக்கி வீசினால் கழுத்தில்பட்டு சுழன்று சுருக்கிட்டு வீழ்த்தும். விசைவேகத்துடன் தலையில்மோதும் பந்துகள் மண்டையைச் சிதறடிக்கும்.

இடுப்புக்குக்கீழ்பட்டால் கால்களைக் கட்டிப் போட்டுவிடும். அப்படியான தமிழனின் உலோகக் கவண்வீச்சு ஆயுதம் ஒன்றை அமெரிக்க ஜேம்ஸ்பாண்ட் படத்தில் பார்க்க முடிந்தது. உலோகப் பந்துகளுக்குப் பதில் கிரேனைட் அல்லது கையெறி குண்டுகளை இணைத்திருந்தார்கள். உண்மையில், அந்த ஆயுதத்தை நாம்தான் கண்டுபிடித்து இருக்கவேண்டும். ஆனால், அப்படி ஒன்றும் நடக்கவில்லை. ஏனெனில் இன்றுவரை ஆயிரம் ஆண்டுகால அடிமைகள் நாம் தமிழர்கள்.

நாடாளவில்லை என்றாலும் கிடைத்திருந்த கடைசி வாய்ப்புகளைப் பயன்படுத்தி ஆயுதப் போர்க்கலையை நம் முன்னோர்கள் எப்படியோ பாதுகாத்து வளர்த்துக்கொண்டு வந்துவிட்டார்கள்.

இறுதியாக பிரித்தானிய அரசுக்கு அடிமைப்பட்டபோது மிச்சமீதியிருந்த உலோக ஆயுதங்கள் மக்களிடமிருந்து பறிக்கப்பட்டு உருக்காலைகளில் உருக்கப்பட்டு உழைப்புக் கருவிகளாகவும் கனரக எந்திரங்களாகவும் வார்க்கப்பட்டுவிட்டது.

பறித்துக்கொள்ளமுடியாத ஆயுதமாக சிலம்பு மட்டுமே மக்களிடம் இருந்தது. பொழுதுபோக்குக் கலை ஊடகங்களின் வருகைக்கு முன்னதாக மக்களின் மாலை நேரங்கள் வீர விளையாட்டுகள் உள்ளிட்ட உடற்கலைகள் சார்ந்ததாக இருந்தது.

அடுத்துவந்த முழுவதும் சுரண்டப்பட்டுவிட்டிருந்த சுதந்திர ஐக்கிய இந்தியக் குடியரசில் உருவான பஞ்சமும் பட்டினியும் மக்களை உழைப்பை நாடி ஓடச் செய்தது. இதற்கு மத்தியிலும் ஆங்காங்கு மல்யுத்தம் உள்ளிட்ட உடற்கலைப் போட்டிகள் நடத்தப்பட்டன. ஆனால் இக்கலைகளைப் பயின்ற இளைஞர்களுக்கும், யுவதிகளுக்கும் இயல்பாகவே உருவான தன்னம்பிக்கையும் சுதந்திர சுயமரியாதை உணர்ச்சியும் வளர்ந்துகொண்டிருந்த கனரக மற்றும் சிறிய ரக ஆலை உரிமையாளர்களுக்கு உடன்பாடற்றதாய் இருந்தது. ஆளுகின்ற அரசுகளை ஆட்டிவைக்கின்ற இடத்தில் இருந்த அவர்கள், சகலவிதமான சித்து வேலைகளையும் செய்து அனைத்துவகையான உள்ளூர் கலைகளையும் அழித்து ஒழிக்கும் வகையில் வீர விளையாட்டுகளுக்கும் உடற்பயிற்சி சாலைகளுக்கும் காவல்துறைமூலமாக ஏராளமான தொல்லைகள் கொடுத்ததோடு சட்டரீதியான ஆணைகள்மூலம் தடைசெய்தார்கள். பாரம்பரியக் கலைகளின் அழிவுபற்றி ஆள்வோர்களுக்கு எந்த அக்கறையும் கிடையாது. லாப வேட்கையில் சொத்துகளைக் குவித்து மக்களின் ரத்தம் குடிக்கக் காத்திருந்த அவர்களின் உத்தரவுகளுக்குக் கீழ்ப்படும் அடிமைகள்தான் தேவைப்பட்டார்கள். அப்படியாகச் சமூகத்தை மாற்றியமைத்தார்கள். பாரம்பரிய உடற்கலைக் கலைஞர்கள்மேல் ரவுடி என்ற நிறம் கொடுத்தார்கள். போட்டிகள் வன்முறைக்கு வித்திடும் என்று மூளைச்சலவை செய்தார்கள். பொருளாதார

வளர்ச்சிக்கு ஆதாரமாக மாற்று வித்தைகளைப் பயிற்றுவிக்க மாற்று விதைகள் தூவினார்கள். அரசியல் சித்தர்கள் ‘கத்தியைத் தீட்டாதே புத்தியைத் தீட்டு’ என்று அறிவுறுத்தினார்கள். உடல் வல்லாண்மையை உழைப்பை மூடத்தனம் என்று ஏளனம்செய்த ஆரிய இனம் எள்ளி நகையாடிக் கூத்தாடியது.

அச்சமயங்களில்தான் புதிய நவீனத் தொழில்நுட்பத்தின் துணைகொண்டு சினிமாக் கலை வந்தது, வளர்ந்தது. நிஜத்தில் இல்லாத நிழல் வன்முறைகள் அங்கீகரிக்கப்பட்டது. ஆடுகளத்தில் பங்கெடுத்துக் கொள்வதின்மூலம் உடலையும் மனதையும் பாதுகாத்துக் கொண்டிருந்த ஒரு சமூகம் வெற்றுப் பார்வையாளர்களாக மாற்றப்பட்டார்கள். அப்படியாக வளர்ந்த வணிக சினிமாவில் உண்மையான கலையை சிறந்த கலைஞர்கள்மூலம் காட்சிப்படுத்தியதன்மூலம் பழங்கலைகளை பேணிப் பாதுகாக்கும் அற்புதத்தைச் சாதிக்கும் வரலாற்றுப் பொறுப்பு எம்.ஜி.ஆருக்கு மட்டும் வாய்த்தது. ரிக்ஷாக்காரன் படம் பார்க்கும்போது, யாருக்கும் காயம்பட்டுவிடாமல் சண்டை செய்கிறார் எம்.ஜி.ஆர். என்று நான் நண்பர்களிடம் சொல்வேன். ஏனென்றால் சுருள்வாள் சுழற்றுவதின் சிரமம் அல்லது நுட்பம்குறித்து முன்பக்கங்களில் விளக்கியுள்ளேன்.அவ்வளவு ஆபத்தான ஆயுதம் பயன்படுத்தப்படும்போது சுற்றியிருப்பவர்களுக்குக் காயம்பட்டுவிடும் என்பதினால்தான் அக்காட்சியில் அவர் நான்கடி உயரமும் சுமார் ஆறடி அகலமும் பத்தடிக்கும் அதிகமாக நீளமும்கொண்ட மேசையின்மீது நின்று சுழற்றுவார். ஏற்கனவே குறிப்பிட்டதைப்போல் சுருள்வாளைத் தடுத்து நிறுத்தும் ஆயுதம் எதுவும் கிடையாது. தேர்ந்த பயிற்சியும்

தன்மீதான அசாத்திய நம்பிக்கை அல்லது முட்டாள்தனமான முரட்டுத் துணிச்சல் கொண்டவர்கள் நீள்கம்புகளை சுருண்டு நீண்டு, சுழன்றுகொண்டிருக்கும் வாளின் உலோகத் தாள்களுக்கு இடையில் நுழைக்கலாம் உலோகத்தாள் விலகிச்செல்லும் அல்லது கம்பை சுற்றி கல்விக்கொள்ளும் அப்போது சுழற்றுபவர்களை மேலும் அதிக வலுவுடன் இழுத்துச் சுழற்றச் சொல்லும் அப்போது உலோகத்தாள் தாறுமாறாகத் தெறிக்கும் மையத்திலிருந்து தொடர்ந்து வெளிவீச்சு விசைவேகம் செயல்பட்டுக் கொண்டு இருப்பதால், சுழற்றுபவர் தப்பிப்பார். ஆனால் நெருக்கமாக நிற்பவரை கட்டாயமாகக் காயப்படுத்திவிடும், இன்னபிற கம்புச் சண்டைக் காட்சிகளில் நெருக்கமாக ஆட்களை நிறுத்திக்கொண்டு சுழன்று தாக்கும் நாயகனிடமிருந்து எதிரிகள் வெறுமனே தற்காத்துக் கொண்டிருபபார்கள் கம்பின் நுனியைத் துல்லியமாக கையாள முடியும். முகம், கைகள், கால்கள், குறிப்பாக கால் பெருவிரலைத் தட்டித் தாக்கிவிட முடியும். மொத்தமாகத் தொடையில் விழும் அடியைத் தாங்கிக்கொள்ளும் மனிதன் விரல்களில் விழும் அடியைத் தாங்கிக்கொள்ள முடியாது. பெருவிரல் சிதைந்தவுடன் அவர்களால் திட்டமிட்டபடி அல்லது போர்க்களத்தில் நுட்பமாகச் செயல்பட முடியாது.

ஐந்து அல்லது ஏழு வார்களும் மின்னலைப்போல் சுழன்று கொண்டிருக்கும் ஒன்றை அடுத்து இன்னொன்று கட்டாயமாக வந்துவிடும். தாக்கிக் காயப்படுத்தியே தீரும். அதனால்தான் அதன்பெயர் சுருள்வாள். மனிதக் கூட்டத்தை துரத்துவதற்காக உருவாக்கப்பட்ட ஆயுதமே இல்லை... அது கொடும்பசியின் வேட்கையுடன் திறந்திருக்கும் வாயில் எச்சில் ஒழுக, கோரைப்பல் தெரியப் பாய்ந்துபிடுங்கும் செந்நாய்க் கூட்டத்தை விரட்டிவிடும் சிறந்த ஆயுதம் என்கிறேன். சுற்றிலும் ஆட்கள் நின்றுகொண்டால் சுழலும் சுருள்வாள் மக்கள் பார்வைக்குத் தெரியாது. அதனால் காட்சிப்படுத்தப்படுவதற்கும் சுலபமாக யாருக்கும் காயம்படாமல் எதிரிகள் மேசையைச் சுற்றி நின்றுகொண்டு கையில் கிடைத்த பொருட்களை எடுத்து நாயகன்மேல் எறிந்து கொண்டிருக்கத் தடையற்றுச் சுற்றிச் சுழன்றுகொண்டிருப்பார் எம்.ஜி.ஆர்.. ஆயில் பேரல்களைத் தூக்கி எறிவார்கள். மேசையின்மேல் எம்.ஜி.ஆர். முட்டிபோட்டு அமர்ந்து சுழற்றிக் கொண்டியிருப்பார். பச்சை நிற ஆயில் பேரலை மேசையின்மேல் வைத்து ஒரு எதிரி உருட்டுவார். சுழற்றிக் கொண்டிருக்கும்போதே எழுந்து தாவி பேரலைத் தாண்டியபடி நிறுத்தாமல் சுழற்றுவது காட்சிப்படுத்தப்பட்டு இருக்கும். கம்பு சுழற்றுவதில் 'உறிஞ்சுவான்' என்கிற ஒரு முறையைப் பயன்படுத்துவது கொஞ்சம் கடினமானது. அம்முறையை சுருள்வாளில் சுற்றிக் காட்டுவார் எம்.ஜி.ஆர். அதிநுட்ப சாகசம் அக்காட்சி. மிகத் தேர்ந்த பயிற்சியாளராக இல்லாத யாரொருவர் செய்தாலும் கணுக்காலை காயப்படுத்திவிடும். அப்படி காயம்பட்டுவிடக் கூடாது

என்பதற்காக உயரமான மேசையில் நின்றுகொண்டு வாளின் முனை நிலத்தில் பட்டுவிடாமல் சுழற்றுவார் எம்.ஜி.ஆர்.. அசத்தலான சுருள்வாளை அவர் மாடிப்படியின் ஓரத்தில் நின்று கைப்பிடியை ஒரு கையால் பிடித்துத் தொங்கியபடி, மறுகையில் அநாயசமாக சுழற்றுவார். மெல்லிய உலோக வாள் சுழலும்போது எவ்வளவு சக்தியை வெளிப்படுத்துகிறது என்பதைமக்கள் பார்க்கும் வகையில் அட்டைப்பெட்டிகள், தகரடப்பா, ஒரு நாற்காலி ஆகியவற்றை எதிரிகளைக் கொண்டு தன்மீது வீசச் செய்து அதன் மத்தியில் நின்று சுழற்றுவார் நாயகன், உன்னதமான சிலம்பச் சண்டைக் கலைஞன் மட்டுமே உபயோகப்படுத்தக்கூடிய தமிழனின் நுட்பப் போர்க்கலையான சுருள்வாள் வீச்சு என்னும் கலைக்குத் திரைப்பட சாட்சி உலகின் ஒரே சினிமா ரிக்ஷாக்காரன்.

நம்பிக்கையூட்டும் லட்சியவாத வாழ்க்கையின் ஒரு காலைப்பொழுதைக் காண வேண்டும் எனில் 'நீரும் நெருப்பும்' திரைப்படப் பாடல் காட்சியில் காணலாம்.

'கடவுள் வாழ்த்துப் பாடுகிறேன் இது காலைநேரப் பாட்டு' காட்சியில், பத்து வயது முதல் பதின்பருவக் குழந்தைகளுடன் சிலம்பு மற்றும் கத்திச் சண்டைக்கான பயிற்சி செய்வார் நாயகன். Sole fight' பாட்டின் பல்லவி மற்றும் தாளத்திற்கேற்ப லயம் தப்பாமல் லாவகமாக ஆயுதங்களைக் கையாள்வார்.

போர்க்கலைப் பயிற்சி என்றாலே, உடல் திண்ணம், ஆவேசத்துடன் கூடிய கடுமையான பயிற்சிகளை குறிப்பாக, மனக்கண்ணில் எதிரிகளின் உருவம் மற்றும் அவர்களது தாக்குமுறைகள் தெரிய அதை எதிர்த்து சமமான தாக்குமுறைகளைக் கையாண்டு, பயிற்சி செய்யும் காட்சிகளையே பெரும்பாலும் பார்த்திருப்போம். ஆனால், இக்காட்சியில் சுற்றி நிற்கும் குழந்தைகள் பதட்டம் அடையாத வகையில் இரட்டை நீள்கத்திகளை அழகாகச் சுழற்றுவார். அது நடனமா? ஆயுதப் பயிற்சியா? ஆம், உண்மையில் அத்தகையதுதான். தமிழர்களின் கலை. குத்துச்சண்டை, கராட்டே போன்றவற்றிற்குப் பெயரே 'இமாஜினேசன் ஃபைட்' எதிரியின் அசைவுகளை கற்பனைசெய்து எதிர்வினையாக உடலசைத்துப் பயிற்சி செய்வது. ஆனால் சிலம்பமும், வாட்போர்களும் அதற்கான சுழற்சிமுறைகளைக் கொண்டது. கண்களை மூடிக்கொண்டு உண்மை யிலேயே கண்களைக் கட்டிக்கொண்டும்கூட, காலடிமுறைகளை தவறாமல் கைகளைச் சுழற்றி பயிற்சி செய்வதுதான். சண்டை என்று வந்துவிட்டால் நாம் எவ்வளவு பயிற்சி செய்திருக்கிறோமோ அந்த அளவிற்குப் பலன் தரும். அந்த அற்புதத்தை அறிந்தோ அறியாமலோ அக்காட்சியில் காணலாம். குழந்தைகளுக்கு கற்றுக் கொடுத்தபடி, தானும் பயிற்சி செய்து களைப்படைந்தபின் குளித்துப் புத்துணர்வு பெற்று இதர பணிகளைத் தொடருவது என இளைய தலைமுறைக்குச் சிறந்த பாடத்திட்டமாக அந்தக் காட்சியில் நடித்திருப்பார் எம்.ஜி.ஆர்.. இது அவர் விரும்பி அமைத்த காட்சியா? காலம் அவருக்குக் கொடுத்த வாய்ப்பா? எத்தனைமுறை பார்த்தாலும் சலிப்பு ஊட்டாத இக் காட்சியில் திறம்பட நடித்திருப்பது எம்.ஜி.ஆர்.தான்.

இப்படத்தில் இரட்டை வேடத்தில் எம்.ஜி.ஆர். நடித்திருப்பார். சகோதரர்கள் இருவருக்கும் நாயகியைக் கைப்பற்றுவது குறித்த போட்டியில் மோதல் வரும். அச் சண்டையின் துவக்கத்தில் அண்ணன் கூறுவார். சகோதரர்கள் சண்டை செய்வது அவமானகரமானது, சற்றே மூர்க்கனான தம்பி சொல்வார், அது நீ என்னை அடிப்பதற்கு முன் சொல்லியிருக்க வேண்டும் என்றபடி திரிசூலம் போன்ற பிடி அமைக்கப்பட்டிருக்கும் ஓரடி நீளமேகொண்ட குத்துக் கத்தியுடன் மோதுவார். அண்ணனும் அப்படியொரு கத்தியுடன் எதிர்கொள்வார் கட்டாரிச் சண்டைக்கு மிகச்சிறந்த எடுத்துக் காட்டு அக்காட்சி, அதே படத்தில் இறுதிக் காட்சியில், சுமார் பத்து நிமிடம் நடக்கும் நீள்குத்துக் கத்திகள் இரண்டைக் கொண்டு அசோகனுடன் மோதும் காட்சி இருவர் கையிலும் இரண்டிரண்டு கத்திகள் இடது வலது இரு கரங்களும் மின்னலெனச் செயல்படும் அற்புதத்தைக் காணலாம். கட்டாரிச் சண்டைக்கு ஒளிவிளக்கு திரைப்படமும் சாட்சி. மனோகரன் கட்டாரி போன்ற குட்டையான கத்தியுடன் மோத ஒரு கணம் அதைப் பறித்துக்கொள்ளும் நாயகன் அவனை அச்சுறுத்திவிட்டு அவனது கத்தியை அவனிடம் வீசி எறிந்துவிட்டு தன்னுடைய மெட்ராஸ்

அல்லது கான்பூர் பட்டன் கத்தியைக் கையிலெடுத்துக்கொண்டு மோதுவார். கட்டாரிச் சண்டைக்கெல்லாம் இப்பொழுது வாய்ப்பே இல்லை. ஏனென்றால் இப்பொழுதெல்லாம் கூட்டமாய்ச் சென்று ஒருவனை மொத்து மொத்து என்று மொத்துவதும் பின்னாலிருந்து குத்துவதுமான கேவலமான உலகமாக மாறிவிட்டதே.

இப்படத்தில் வரும் ஒரு நாயகன் எம்.ஜி.ஆர். இடது கைப்பழக்கம் உள்ளவர். படத்தின் அனைத்துச் சண்டைக் காட்சிகளிலும் இடக்கையையே பயன்படுத்தியிருப்பார். தனித்து இயங்கும் இடது, வலது மூளைகளை ஒருசேரப் பயன்படுத்தப் பயிற்சி வேண்டும் எனில் அது சிலம்பம், வாள்போர் மற்றும் கராத்தே குஃபூ போன்ற கலைகளின்மூலம் மட்டுமே சாத்தியம்.

இப்படத்தில் குழந்தைகளோடு இசைந்து இணங்கி லகுவாகவும் ஆனால் வெல்லப்படமுடியாத மனிதனை நீராகவும் சுயம், தன்மோகம், கட்டுப்படுத்தமுடியாத காமம், அடுத்தவன் காதலியின்மீதான மோகம் எனப் பெருகி மூர்க்கமானவனாகச் சித்திரிக்கப்பட்டிருக்கும் எதிர்நாயகன் இப்படத்தில் நெருப்பு என அடையாளப்படுத்தப்பட்டிருப்பார் அனைத்துக் காட்சியிலும் இடது கையால் சண்டை செய்வார் மணிவண்ணன் எம்.ஜி.ஆர். ஏராளமான திரைப்படங்களில் எம்.ஜி.ஆர். இருகைகள் மற்றும் தனித்து இடதுகையைப் பயன்படுத்தி சண்டை

செய்திருப்பார். மனிதப் பரிணாம வளர்ச்சியில் வலது இடது கைகளுக்குத் தனித்தனி வேலைகள் என்று சமூகம் பிரித்துப் பகுத்ததில், மனித மூளையின் ஆற்றலில் பிளவும் குறைபாடும் ஏற்பட்டுவிட்டது. மொத்த மூலையும் ஒருங்கே இணைந்து செயல்படுவது 'சும்மா' இருத்தல் தியானத்தில் எத்தனைபேருக்குச் சாத்தியமோ தெரியாது. ஆனால் தமிழரின் போர்க்கலைப் பயிற்சிமூலம் அனைவருக்கும் சாத்தியமே. கரங்களில் இரண்டும் சமஆற்றல் கொண்டதுதான். ஆனால், நம் வாழ்க்கைமுறை அதில் தகுதிக் குறைபாட்டை உருவாக்கிவிட்டது. அதை மீண்டும் சமன் படுத்த ஒரேவழி ஆதிப் போர்க்கலைகள் பயில்வதுதான். குழந்தைகளுக்கு இக்கருத்தை எளிதில் புரியவைக்க நூற்றாண்டு சினிமாவின்மூலம் உள்ள ஒரே சிறந்த திரைசாட்சி எம்.ஜி.ஆர். திரைப்படங்களில் வரும் போர்க்கலைகள் மட்டுமே

சரி போகட்டும், 'நீரும் நெருப்பும்' படத்தில் தம்பி எம்.ஜி.ஆர். அசோகனால் கொல்லப்படுவார். காரணம், நுட்பமற்ற மூர்க்கமான தாக்குதலும் எளிதில் உணர்ச்சிவசப்படுவதின்மூலம் எதிரியின் தந்திரத்துக்குப் பலியாகி பின்புறமிருந்து குத்தப்பட்டு இறப்பார்.

'நினைத்ததை முடிப்பவன்' திரைப்படத்தில் ரஞ்சித்தாக நடிக்கும் எம்.ஜி.ஆர். நீள்குத்துக் கத்திச் சண்டையில் தேர்ச்சிபெற்றவர். நாயகனாக சுந்தரம் எம்.ஜி.ஆர். ரஞ்சித்திடம் கத்திச்சண்டை பயில்வதாகக் காட்சி உண்டு. இறுதிக் காட்சியில், குத்துச் சண்டையில் சுந்தரம் எதிரிகளைப் பந்தாடி வீழ்த்திவிடுவார். அதைப் பார்த்துக் கொண்டிருந்த ரஞ்சித்தான் தனித்தேர்ச்சி அடைந்திருக்கும் நீள்குத்துக் கத்தியை எடுத்துக் கொள்வார். எப்பொழுதும்போல் கேனத்தனம் மிகுந்த நாயகி, சுந்தரத்திற்கு ஒரு கத்தியைக் கொடுத்துவிடுவார். அச் சண்டையில் சுந்தரம் எளிதில் தோற்கடிக்கப்படுவார். ரஞ்சித் கொல்லும்முன் போலீஸ் தலையிட்டதினால் சுந்தரம் தப்பிப்பார். சண்டையில் சுந்தரம் நீள்குத்துக்கத்தியை இரு கைகளும் இறுக்கிப் பிடித்துக்கொண்டு உடல் எடை மொத்தத்தையும் பயன்படுத்தி எதிரியைத் தாக்குவார். பரதநாட்டிய மங்கையின் நளினத்துடன் உள்ளங்கைகளுக்குள் கத்தியின் கை பிடியைச் சுழலவிடும் ரஞ்சித் அனாயசமாக சுந்தரத்தைப் பலமுறை கீழே விழவைப்பார். கோபம், மூர்க்கம், மனப்பதட்டம் போன்றவை சண்டைக்கு லாயக்கில்லை என்பதை மிக அழகாகக் காட்சிப்படுத்தியிருக்கும் சினிமா 'நினைத்ததை முடிப்பவன்.'

சண்டைக் கலையில் தனித்திறன் கொண்டிருந்த எம்.ஜி.ஆர். 'கூண்டுக்கிளி' திரைப்படத்தில் சிவாஜியிடம் ஒரு அறைவாங்குவார் அதுதான் நடிப்பு.

தமிழ் சினிமா உள்ளிட்ட இந்திய சினிமா முழுவதிலும் சண்டைக்காட்சியில் எம்.ஜி.ஆர். திரைப்படம் தனித்துவத் தன்மையோடு இருந்தது என்பதை நாட்டின் முன்னணி நட்சத்திரங்கள் பலரும்

ஒத்துக்கொண்டுள்ளனர். நடிகர் என்றாலே நடனக் கலையில் சிறந்து விளங்குவது என்பது இயல் இசை நாடகக்கலை எனும் முத்தமிழ்மொழியின் முக்கிய அம்சம். உலகின் வேறு எந்த மொழியிலும் 'முத்தமிழ்' என்பது போன்ற பெயர் இருக்கிறதா? எனத் தெரியவில்லை (மூன்று இங்கிலிஷ், மூன்று ஹிந்தி, மூன்று சமஸ்கிருதம்)

நடிகன் என்றவகையில் எம்.ஜி.ஆர். நடனம் போற்றத்தக்கதாய் இருந்திருக்கவில்லை. அவரது நடனம் என்பது, பாடல் வரிகளை அபிநயப்பதுதான். வார்த்தைகளின் அர்த்தங்களைப் பாவனை செய்வதுமூலமாகக் கதைசொல்லும் பாங்கு நாட்டிய நாடகம் இங்கு கொண்டாடப்பட்டு வந்த சூழலில் அவரது அங்க அசைவுகள் ஏற்றுக் கொள்ளப்பட்டது. நவீன சமகால இளம் ரசிகர்கள் எள்ளல் எனும் நகைச்சுவை நிகழ்வாகவே அதைப் பாவிக்கின்றனர்.

சண்டைக் காட்சிகளைப் பொருத்தமட்டிலும், அதிர்வு ஊட்டும் மிகைக்காட்சிகளின் வெற்றுப் பார்வையாளர்களாக மாறிப் போயிருக்கும் அவர்கள் சினிமாவில் சண்டை என்பது போலிமை இருக்கத்தான் செய்யும் என ஏற்றுக்கொண்டுவிட்டார்கள். ஒவ்வொரு சினிமாவுக்கும் ஒரு மனிதன் சாகமுடியாதல்லவா... அதேசமயம், பார்வையாளர்களுக்கு அலுப்பூட்டிவிடக்கூடாது என்பதில் இயக்குநர்கள்

எடுத்துக்கொள்ளும் அக்கறை காரணமாக அதிபயங்கர, அதிசாகச காட்சிகள் படமாக்கப்படுகின்றன. குறைந்தபட்சம் ஒரு மனிதன் எகிறிக் குதிக்கும்போது நிலத்தில் கால்கள் படாமல் எத்தனை விநாடிகள் காற்றில் இயங்கிவிட முடியும் என்பதில் ஒரு காலக்கணிப்புகூட இல்லாத காட்சிகளைக் காண வேண்டியதாகிறது. எதிர்வரும் ரயிலை ஒரு குத்துக் குத்தி பொலபொலவென உதிர்ந்துவிழச் செய்யும் கார்ட்டூன் புகழ் பாப்பாய் என்கிற கப்பல் தலைவனின் படங்களை குழந்தையிலிருந்தே பார்த்துப் பழக்கப்பட்டுவிடுவதால் தமிழ்சினிமாவின் சண்டைக் காட்சிகளை ரசிப்பதில் யாருக்கும் எந்த ஒரு பிரச்சினையும் இருப்பதில்லை. எனினும் சமகால நாயக நட்சத்திரங்கள் இளமையைப் போற்றவும் அதிசாகசக் காட்சிகளில் மின்னவும் உடலின்மீதும் இன்னபிற உடற்கலைகள்மீதும் அக்கறை காட்டுகிறார்கள். உடலைக் கட்டுக்கோப்பாகப் பேணுகிறார்கள் என்பதை ஒத்துக் கொள்ள வேண்டும். மிகையின் மிகைப்புனைவு சினிமாவுக்கு அது மிகவும் அவசியம். குறிப்பாக, இளம் நாயகிகளுடன் காதல் நடனம் புரிய உடற்கட்டு அவசியம்.

ஆனால் எம்.ஜி.ஆர். காலத்தில் பாட்டும் வசனமும் திரையில் மேலாதிக்கம் செலுத்திய காலத்தில் சண்டைக்காட்சிகளில் கவனம் செலுத்தவேண்டிய அவசியமும் அதற்கேற்ப சண்டைக் கலை வல்லுநரான எம்.ஜி.ஆர். தன்னைத் தயார்ப்படுத்திக்கொண்டதும் எவ்வாறு? பஞ்சமும் பசியும் பட்டினியும் தாண்டவமாடிய உலகஉருண்டை முழுவதும் ஏறத்தாழ சுமார் இரண்டரைக் கோடி மக்கள் கொல்லப்பட்டிருந்த பிணமும் ரத்தவாடையும் காற்றை மாசு படுத்தியிருந்த சூழலில் பிரித்தானிய ஆதிக்கவாதிகளால் இந்தியத் துணைக்கண்டம் முற்றாகச் சூறையாடப்பட்டிருந்த முதலாம் மகாயுத்தம் முடிவுக்கு வந்துகொண்டிருந்த சமயத்தில் எம்.ஜி.ஆர். பிறந்திருக்கிறார்.

வறுமையில் வாடிய அக்குடும்பத்தின் தலைவி ஒருநேர சோற்றுக்காவது வழி கிடைக்குமா என்று ஏங்கியிருந்தபோது அருகில் இருந்த நாடக அரங்கில் நடந்துகொண்டிருந்த ஒரு நாடகத்தில் இறந்துவிட்ட தாயின் அருகில் அமர்ந்தபடி கைவிடப்பட்டுவிட்ட குழந்தை அழும்படியான ஒரு காட்சியில் நடிப்பதற்கு குழந்தை தேவை என்று தேடியவர்கள் சத்தியபாமாவின் குழந்தையைக் கண்டுபிடித்தார்கள். ஒருநேரச் சோறாவது கிடைக்கும் என்று தாயும் குழந்தையைக் கொடுத்திருக்கிறார்கள். மூன்று அல்லது நான்கு வயதுக்குட்பட்ட குழந்தைக்கு 'அழு' என்றவுடன் அழத் தெரியவில்லை. அதனால் மரணமடைந்ததாக நடிக்கும் தாயின் அருகில் விடப்பட்ட குழந்தையை அடித்தும் கிள்ளியும் அழச் செய்திருக்கிறார்கள். அந்த ஒரு காட்சியில் மட்டுமல்ல அடுத்தடுத்த நாட்களில் ஒவ்வொரு காட்சியிலும் அக்கொடுமை அரங்கேறி

யிருக்கிறது. பிள்ளை மேடையில் அழ தாய் திரைக்குப் பின்னால் அழுதபடி நின்றிருக்கிறார். பின்னாளில் தமிழ்த் திரைப்பட உலகின் முடிசூடா மன்னனாக விளங்கிய எம்.ஜி.ராமச்சந்திரன் தன் நடிப்பு உலகில் அழத்தெரியாதவர் அழவேண்டிய காட்சி வந்தால் முகத்தை மூடிக்கொள்வார் என்றும், எம்.ஜி.ஆர். அழுவதற்கு எப்பொழுதும் ஒரு தூண் வேண்டும் என்றெல்லாம் நகையாடப்பட்ட நடிகர்தன் நடிப்புலகில் முதல்காட்சியில் நடித்தது அழுகை நடிப்பு. அழவேண்டிய காரணம் ஏதும் இல்லாமல் அடித்து அழவைத்ததால் அக்குழந்தை வாழ்நாள் முழுதும் அழக்கூடாது என முடிவு எடுத்துக் கொண்டதோ, எண்ணமோ தெரியவில்லை. திரைப்படத்தில்கூட சரியாக அழுது நடிக்கவில்லை.

அதேசமயம், சதாவும் அழச்செய்யும் இந்தச் சமூகத்தை என்ன செய்வது குழந்தைப் பருவம் கடந்து அவர்களது குடும்பம் கண்டி வாழ்க்கையை முடித்துக்கொண்டு தமிழகம் திரும்பியபோது தந்தையற்றவராக தாயின் பாதுகாப்பில் வளர்பவர்களாக இருந்த சகோதரர்கள் இருவரையும் 'ஒரிஜினல் பாய்ஸ் நாடகக் கம்பெனி'யில் சேர்த்துவிட்டார் அவரது தாயார். புகழ்பெற்ற நாடகக் கம்பெனி ஊர்ஊராகச் சுற்றி நாடகங்களை நடத்தியதோடு ஏராளமான கலைஞர்களைப் பயிற்றுவித்து நாடகக்கலையையும் வளர்த்தது.

அங்கே மேடை அமைத்தல், கலைத்தல், இடமாற்றும்போது சுமத்தல் மற்றும் கம்பெனியின் மூத்த கலைஞர்களுக்கான எடுபிடி வேலைகள் செய்தல், என அனைத்தையும் செய்தபடி நடிப்புக் கலையையும் பயின்றார் எம்.ஜி.ஆர்.. ஒல்லியான தேகம், சன்னமான குரல், ஜொலிக்கும்வண்ணம் பெண்மை கலந்திருந்த முகத்துடன் இருந்த அந்தப் பதின்பருவத்து இளைஞனுக்கு 'ஸ்திரி பார்ட்' எனும் பெண் வேடமிட்டு நடிக்க வைத்திருக்கிறார்கள். இன்று பலகோடி மக்களின் இதயத்தினுள் வாழும் எம்.ஜி.ஆர். அவர் காலத்தில் கோடிக்கும்

மேற்பட்ட ஆண்களின் அறைச்சுவ ரொட்டிகளிலும் கைப்பையில் புகைப்படங்களாகவும் பனியன்கள் சட்டைகளில் என அச்சடிக்கப்பட்ட புகைப்படமாகவும் நெஞ்சம் நிறைந்திருந்த ஆண்மகனான எம்.ஜி.ஆர். பெண்வேடத்தில் புகழ் பெற்றிருந்திருக்கிறார். அதேசமயம், உண்மையான பெண்போலிருந்த அவரைச் சீண்டிக் கொஞ்ச வஞ்சனைசெய்யத் துடித்த ஆண்களால் தான் அவமதிக்கப்படுவதாக உணர்ந்த எம்.ஜி.ஆர். வேதனைப்பட்டார். இருக்க இடமும் உண்ண உணவும் கொடுப்பது நாடகக் கம்பெனி சகோதரரும் அங்கே நடிப்பதுடன் அனைத்துப் பணிகளும் செய்துகொண்டிருக்கிறார். இவர்கள்மூலமாகத்தான் அன்னைக்கு உணவு கிடைத்துக்கொண்டிருக்கிறது. நாடகக் கம்பெனிக்குத் தேவை பெண்வேடம் போடும் நடிகர். மெல்லவும் முடியாமல் விழுங்கவும் முடியாமல் தவித்தார் எம்.ஜி.ஆர். பெண் வேடமிட்டு நடித்தார் ஆனாலும் அவ்வேடத்தின்மீது ஒவ்வாமை ஏற்பட்டுவிட்டது. பெண் வேடத்துக்கான பயிற்சியில் நடனம் முக்கியமானது. பாத்திரத்தில் உடன்பாடில்லாத அவரால் நடனத்தில் கவனம் செலுத்த முடியவில்லை. பயிற்சியாளர்கள் கடுமையாகச் சாடி அவமதித்து இருக்கிறார்கள். முரண்டு பிடித்த அவரை, உனக்கு நடனமே வராது, போய்விடு இங்கிருந்து, என்று விரட்டியிருக்கிறார்கள். ஏனைய இளைஞர்களுக்கு மத்தியில் தன்னை ஒரு இளைஞனாக மதிக்காமல் கற்பனைப் பாத்திரமாகவே பார்க்கும் அவர்கள்மீது வெறுப்புக்கொண்ட அவர் வேதனையுடன் வெளியேறினார். நாடக அரங்கின் ஒருபுறம் இசை, நாட்டியம் எனப் பயிற்சி நடைபெற்றுக் கொண்டிருக்க இன்னொரு புறம் நடிப்பு, வசனம், போர்க்கலை என பயிற்சி கொடுத்துக்கொண்டு இருந்திருக்கிறார்கள். அங்கே சென்ற எம்.ஜி.ஆர். ஏனைய ஆண்களோடு சேர்ந்து உடற்கலை பயின்றிருக்கிறார். ஜதி சுத்தமாக நடனமாட வராது என்று பழிக்கப்பட்ட அவர் நடனத்துக்கான லாவகமும் நுட்பமும் கூர்திறனும் வேகத்துடன் நன்கு இயங்க வேண்டிய சிலம்புக் கலையையும் போர்க்கலைகளையும் பயின்றார். கையில் வாளும் கேடயமும் ஏந்தியிருக்கும்போது தன்னை முழுமைபெற்ற ஆண்மகனாக உணர்ந்தார். காட்சிகளின்படி பெண்களையும் குழந்தைகளையும் காத்து பத்துக்கும் மேற்பட்ட குண்டாந்தடி ஏந்திவரும் குண்டர்களை கையில் ஒற்றைக்கம்புடன் எதிர்கொள்ளும்போது ஆண்பிறப்பின் பரிபூரணத்தை அடைந்தார். நண்பர்களும் ஏனையோரும் அடையாளமற்ற புதிய ஆண்களாலும் யௌவன சுந்தரி எனக் கொஞ்சப்பட்ட பெண்மையின் அழகு கொண்டிருந்த அவர் உள்ளுக்குள்ளிருந்து பொங்கிப் பெருகித் துடித்துக் கிளம்பிய ஆண்மையை போர்க்கலைகளின்மூலம் அடைந்தார், ஆனந்தித்தார்

ஒரிஜினல் பாய்ஸ் கம்பெனியில் ஏதோ ஒருநாளில் அவமதிக்கப்பட்டுவிட்ட ஆவேசத்தைப் போக்கிக்கொள்ள சிலம்பைக்

கையில் எடுத்துப் பரவசம் அடைந்த அந்த இளைஞன் அதற்குப்பிறகு தன் வாழ்நாளெல்லாம் சிலம்பை சுழற்றிக் கொண்டே இருந்தார்.

சின்னச் சின்ன வெற்றிகளைக் கொண்டாடும்போதும், பெருந்துயரங்கள் தன்னைத் தொடர்ந்து வாட்டியபோதும் கன்னியர்ளோடு துள்ளி விளையாடியபோதும், தான் நம்பியவர்கள் கைவிட்டபோதும், நண்பர்களின் துரோகத்தின்போதும், எதிரிகளின் அராஜகத்தால் தூண்டப்பட்டு ஆவேசப்பட்டபோதும் அவர் சிலம்பாடினார்.

ஒரு விறகு வெட்டியின் கவைக்கம்புபோல, ஆடு மேய்ப்பவனின் தோளில்கிடக்கும் கொக்கிபோல, சவரக்காரரின் கத்தியும் கத்தரிக்கோலும்போல, தச்சனின் இழைப்புளிபோல, சமையல் கலைஞரின் கத்தியும் கைக்கரண்டியும்போல, எழுத்தாளனின் எழுதுகோல்போல, ஓவியனின் தூரிகையைப்போல, எம்.ஜி.ஆருக்குச் சிலம்பு கைக்கருவியானது.

பல்வேறு ஆசான்களிடம் பல்வேறு கலைகளையும் கற்றார். ஓரிஜினல் பாய்ஸ் நாடகக் கம்பெனி ஏராளமான கலைஞர்களை உருவாக்கியதுபோல, எம்.ஜி.ஆரைப் பிரசவித்தது. நடித்த நேரம்போக மீதமுள்ள நேரங்களில் ஆயுதக் கலைகளைப் பயின்றதன்மூலம் எம்.ஜி.ஆர். போர்க்கலைஞர் ஆனார். ஒரு கலைஞனுக்குள் எதுவொன்று முகிழ்த்து நின்று பொங்கிப் பெருகுகின்றதோ, அதுவே அவனுடைய கலையாக மலர்ந்து அவனுடைய அடையாளமாகவும் மாறிப் போய்விடுகிறது.

எம்.ஜி.ஆர். எனும் நடிகர் இறந்து முப்பது ஆண்டுகளுக்குப் பின் அவரது திரைப்படங்களை ஆய்வு செய்கிறபோது பாட்டும் வசனமும் காலத்தின் வெளிப்பாடாகவும் காதலும் இன்னபிறவும் காட்சிகளுக்குள் ஒன்றிப் போய்விடுகிற ஒன்றாகவும் ஆகிவிடுகிறது. ஆனால் சண்டைக் காட்சிகள் மட்டும் காட்சிகளோடு மட்டுமன்றி காலத்தையும் கடந்த காலத்தின் தொடர்ச்சியையும் எதிர்காலத்திலும் சண்டைக் கலைக்கான சான்றாகவும் நின்று நிலைக்கிறது. காரணம் எம்.ஜி.ஆர். ஒரு சண்டைக் கலைஞர்.

திரையுலகில் 'நாட்டியப் பேரொளி' எனப் போற்றப்பட்ட பத்மினி நாட்டியம் பயின்றுவிட்டு திரைக்கு வந்தாரா? திரையில் தோன்றிய பின்னர் நாட்டியம் பயின்றாரா? புரூஸ்லீ, தற்காப்புக் கலைகளில் தேர்ச்சி பெற்றுவிட்டு திரையில் வெளிப்படுத்தினாரா? அல்லது திரைக்கு வந்தபின் தற்காப்புக் கலை பயின்றாரா? இப்படி ஏராளமாக எழுதிக்கொண்டே இருக்கலாம்.

கலை காலத்தின் கண்ணாடி மட்டுமல்ல; கலை கடந்த காலத்தின் ஆவணம் மட்டுமல்ல; கலை கடந்தகாலத்தின்மீதான விமர்சனங்களையும் எதிர்காலத்துக்கான தேவைகளையும் முன்னறிவிப்பதாக இருக்க வேண்டும். கலையும் கலைஞனும் சமுதாயத்தின் முன்னோடிகள். தமிழ் சினிமாவின் நூற்றாண்டிலும் எம்.ஜி.ஆரின் நூற்றாண்டு விழாவிலும் உறுதிகூறலாம்.

எம்.ஜி.ஆர். எனும் சண்டைக் கலைஞன் நம் காலத்தின் முன்னோடி!

●